MW01297079

Printed in the USA

Hausa Language:
The Hausa Phrasebook

BY ABIOLA KUBURE

Contents

1. THE BASICS
a. Numbers

One (1)	Ɗaya
Two (2)	Biyu
Three (3)	Uku
Four (4)	Huɗu
Five (5)	Biyar
Six (6)	Shida
Seven (7)	Bakwai
Eight (8)	Takwas
Nine (9)	Tara
Ten (10)	Goma
Eleven (11)	Goma sha ɗaya
Twelve (12)	Goma sha biyu
Thirteen (13)	Goma sha uku
Fourteen (14)	Goma sha huɗu
Fifteen (15)	Goma sha biyar
Sixteen (16)	Goma sha shida
Seventeen (17)	Goma sha bakwai
Eighteen (18)	Goma sha takwas
Nineteen (19)	Goma sha tara
Twenty (20)	Ashirin
Thirty (30)	Talatin
Forty (40)	Arba'in
Fifty (50)	Hamsin
Sixty (60)	Sittin
Seventy (70)	Saba'in
Eighty (80)	Tamanin
Ninety (90)	Tasain
One hundred (100)	Ɗari
One thousand (1000)	Dubu ɗaya
Ten thousand (10.000)	Dubu goma
Fifty thousand (50.000)	Dubu hamsin
One hundred thousand (100.000)	Dubu ɗari
One million (1.000.000)	Miliyan

Ordinal numbers

First	Na farko

Second	Na biyu
Third	Na uku
Fourth	Na huɗu
Fifth	Na biyar
Sixth	Na shida
Seventh	Na bakwai
Eighth	Na takwas
Ninth	Na tara
Tenth	Na goma
Eleventh	Na sha ɗaya
Twelfth	Na sha biyu
Thirteenth	Na sha uku
Fourteenth	Na sha huɗu
Fifteenth	Na sha biyar
Sixteenth	Na sha shida
Sventeenth	Na sha bakwai
Eighteenth	Na sha takwas
Ninteenth	Na sha tara
Twentieth	Na ashirin

Incomplete amounts

All	Duka
Half	Rabi
A third	Ɗaya cikin kashi uku
A quarter	Ɗaya cikin kashi huɗu
A fifth	Ɗaya cikin kashi biyar
A sixth	Ɗaya cikin kashi shida
A seventh	Ɗaya cikin kashi bakwai
An eighth	Ɗaya cikin kashi takwas
A ninth	Ɗaya cikin kashi tara
A tenth	Ɗaya cikin kashi goma

Useful phrases

How much?	Nawa ne?
A little	Ɗan kaɗan
Some	Madaidaici
A lot	Da yawa

2

More	Kari

b. Time & Dates

Days of the week	Sunayen ranaku
Monday	Litinin
Tuesday	Talata
Wednesday	Laraba
Thursday	Alhamis
Friday	Juma'a
Saturday	Asabar
Sunday	Lahadi

General time

What time is it?	Karfe nawa?
It's 6 PM.	Karfe shida
In the morning	Da safe
In the afternoon	Da rana
In the evening	Da yamma
Fifteen minutes till 6	Shida saura minti sha biyar
10 minutes till 6	Goma saura minti shida
Today	Yau
Yesterday	Jiya
Now	Yanzu
Tonight	Da daddare
In the morning	Da safe
In the evening	Da yamma
In the afternoon	Da rana
This Tuesday	Yau Talata
This week	Wannan satin
This month	Wannan watan
This year	Wannan shekarar
Tomorrow morning	Gobe da safe
Tomorrow afternoon	Gobe da rana
Tomorrow evening	Gobe da yamma
Yesterday morning	Jiya da safe

Yesterday afternoon	Jiya da rana
Yesterday evening	Jiya da yamma

Months

January	Janairu
February	Fabarairu
March	Maris
April	Afrilu
May	Mayu
June	Yuni
July	Yuli
August	Agusta
September	Satumba
October	Oktoba
November	Nuwamba
December	Disamba
What date is today?	Yau kwanan wata nawa?

c. Customs

Q: Do you have something to declare?	Kana da abun da zaka baiyana?
A: I have something to declare	Ina da abun baiyana wa
A: I have ... to declare	Ina da....
A: I have nothing to declare	Bani da abun baiyana
I will be in the country for ... days	Zan kasance a ƙasar na kwana....
I wil be staying at ...	Zan sauka a...
I'm a tourist	Ni ɗan yawan buɗe ido ne
I'm doing business here	Na zo kasuwanci ne
Do you speak English?	Kana jin turanci?
I don't understand	Ban fahimta ba
I'm sorry	Kayi hakuri
Q: Where did you arrive from?	Daga ina kazo?
A: I arrived from ...	Na zo daga...
Q: How long will you be here?	Tsawon wane lokaci zaka kai anan?
A: I will be here for ... days	Ina nan na kwanaki....

4

CUSTOMS VOCABULARY BANK	
Passport	Fasfot
Ticket	Tikiti
Baggage claim check	Takardar shaidar kaya
Immigration	Hukumar hana fasa ƙwauri
Passport control	Masu tantance paspo

d. Getting Around/Transport

VOCAB BANK	
BUS	Bas
Where is the bus stop?	Ina ne tashar shiga bas?
When is the next stop?	Ina ne tashar bas na gaba?
When is the next bus?	Yaushe wata bas ɗin zata zo?
When is the last bus?	Yaushe bas ɗin ƙarshe ke zuwa?
Does this bus go to ...	Wannan bas ɗin tana zuwa....
Is this seat taken?	Akwai mai wannan wurin?
How much is it?	Nawa yake?
Where can I buy a ticket?	Ina ake sayar da tikitin?
One ticket please.	Bani tikiti ɗaya
Two tickets please	Bani tikiti biyu
Three tickets please	Bani tikiti uku
Four tickets please	Bani tikiti huɗu
TAXI	Tasi
Where can I get a taxi?	Ina zan sami tasi?
I need a taxi.	Ina san tasi
How much is it?	Nawa yake?
Please drive me to this address.	Kai wannan wurin
Please stop here.	Tsaya nan wurin
I need to get out.	Ina s sauka

e. Hotels

BOOKING IN ADVANCE	
Do you have a room?	Kuna da ɗaki?
How much is it per night?	Nawa ake biya duk dare?
Does it include Internet?	Ya ƙunshe intanet?

How much is Internet access?	Nawa kudin amfani da intanet?
Is the Internet fast?	Intanet tana da sauri?
I need one bed	Ina bukatar gado ɗay
I need two beds	Ina bukatar gadaje biyu
It's for...	Na...
...one person	... Mutum ɗaya
...two people	... Mutum biyu
...three people	... Mutum uku
...four people	... Mutum huɗu
... five people	... Mutum biyar
... six people	... Mutum shida
I'd like to see the room, please	Ina so in duba ɗakin
Could we do a lower price, please?	Zaku iya rage mani fara shin?
Can I see another room?	Zan iya duba wani ɗaki?
Is there a deposit?	Akwai jinga da za'a bada?
Yes, I'll take it.	E, zan karɓa
No, I wont take it.	A'a, ba zan karɓa ba
What time is check in?	Yaushe ne lokaci na zai fara?
What time is check out?	Yaushe ne lokaci na zai
Does it include breakfast?	Ya ƙunshe kalaci?
What time is breakfast?	Yaushe akeyin kalaci?
I need to be woken up at 6AM	Ina so a tada ni karfe shida na safe
Is there a laundry?	Akwai wurin yin wanki?
Is there a swimming pool?	Akwai wurin yin wankan kurme?
Is there a safe?	Akwai asusu?
Where can I change money?	A ina zan sami inda ake chanjin kudi?
Can I buy a tour?	Zan iya biya a kaini yawon buɗe ido?
What time is checkout?	Yaushe lokaci na zai ƙare?
I need a taxi for 8AM, please.	Ina son tasi da karfe takwas na safe
I'm leaving at ...	Zan bar nan da karfe...
I need to leave my bags here.	Ina so in bar jikkata anan
Thank you very much!	Na gode ƙwarai da gaske

6

PROBLEMS:	Mas'aloli
The bill is incorrect	Lissafi nan ba daidai bane
I need a new key	Ina bukatar sabon makuli
I need a blanket	Ina bukatar bargo
I need a receipt	Ina bukatar rasidi
The toilet is broken	Kewayen ya lalace
The TV is broken	Telebijin din ba yayi
It's too hot	Yayi zafi sosai
It's too cold	Yayi sanyi sosai
It's too noisy	Akwai hayaniya da yawa
The room is dirty	Dakin yayi datti
VOCAB BANK	
Hotel	Otel
Motel	Motel
Hostel	Dakin kwana
Apartment	Daki
Inexpensive	Babu tsada

f. Directions

Excuse me, where is ...	Sannu dai, ina ne...
Could you show me where to go?	Zaka iya nuna mani inda zan je?
Which street is it on?	A wane layi yake?
What is the address?	Me nene adireshin?
Can I get there ...	Zan iya isa chan?
... by foot	A kafa
... by train	A jirgin kasa
... by car	A mota
... by bus	A doguwar mota
To the right	A gefen dama
To the left	A gefen hagu
At the corner	A kan kwana
Straight ahead	Ka mike gaba
Next to	Kusa da
In front of	A gaba da
Behind	A bayan

Is it far?	Yana da nisa?
Is it nearby?	Yana nan kusa?
How do I get there?	Ya zan iya isa chan?
Do you know?	Ka sani?
I'm sorry, I only speak a little Hausa	Kayi hakuri, bana jin hausa sosai
VOCAB BANK	
Street	Layi
Building	Gina
Boulevard	Babban titi
City	Gari
Square	Hili
Neighborhood	Unguwa

g. Shopping

Where is the store?	Ina shagon yake?
Where is the supermarket?	Ina babban kantin yake?
Where is the mall?	A ina mall din yake?
Where is the grocery store?	Ina ne kasuwa kayan abinci take?
Where is the bookstore?	Ina wurin saida littattafai?
I'm looking for this book.	Ina nema wannan littafin
I need a newspaper.	I son jarida
Q: Can I help you?	Zan iya taimaka ma?
A: We don't have it.	Bamu dashu
I need your help	Ina bukatar taimako
Where can I buy?	A ina zan iya saya?
I need to buy ...	Ina so in sayi....
Could I try this on?	Zan iya gwada wannan?
My size is ...	Size dina...
How much is this?	Nawa yake?
Please write the price down on a piece of paper	Ka rubuta farashin a kan takarda
I'm just looking	Ina dubawa ne kawai
This is too expensive	Wannan yayi tsada
Can we lower the price?	Za'a iya rage mani farashin?

Do you take credit cards?	Kuna amsar katin credit?
I will take that.	Zan ɗauki wannan
I need receipt, please	Ina buƙatar rasiɗi
It's broken	Ya lalace
I need a refund	Ina buƙatar a biyani
I need to return this	Ina so in maido wannan
I need a bag	Ina buƙatar jaka
I don't need a bag	Bani buƙatar jaka
VOCAB BANK	
Men's Restroom	Kewayen maza
Women's Restroom	Kewayen mata
Restroom	Kewaye
Do Not Enter	Ba'a shiga
No Smoking	Ba'a shan taba anan
Information	Bayani
Open	Buɗe
Closed	Kulle
No Cameras	Ba'a amfani da Kamera anan
No Cell Phone Use	Ba'a amfani da waya anan

h. At the bank

Where is the bank?	Ina bankin yake?
What time does the bank open?	Yaushe bankin ke buɗe wa?
What time does the bank close?	Yaushe bankin ke rufe wa
I don't remember my pin	Bani iya tuna pin ɗina
Here is my card.	Ga kati na nan
I need to exchange money	Ina so in canza kudi
I need to withdraw money	Ina so in cire kudi
What is the price?	Nawa ne farashin?
What is the exchange rate?	Nawa ake yin canji?
I need to find an ATM	A ina zan sami ATM
Smaller notes, please	Kananan kudi nake so
Do you accept traveler's check?	Kuna amsar check ɗin matafiya?
Do you accept credit cards?	Kuna amsar katin credit?
Do I need to sign?	Ana buƙatar in sa hannu?

9

| I need the receipt, please | Ina bukatar a bani rasidi |

i. Internet

Do you have free Internet?	Kuna da intanet?
Where is an Internet café?	Ina wurin inatanet yake?
How much does it cost to access the Internet?	Nawa ake biya ayi amfani da intanet?
Is this a high speed connection?	Yana da sauri?
What is the password?	Menene password din?
Which network do I connect to?	Wane network din zanyi amfani dashi?
Is it wireless Internet?	Akwai wireless intanet?
How much does it cost?	Nawa yake?
How do I log on?	Ta yaya zan shiga?
Connection is dead	Sabis din ya dauke
The computer is not working	Komfutar nan bata yi
I'm done using the Internet.	Na gama amfani da intanet din
I need to ...	Ina so....
... check my email	Duba email
... use Skype	Yi amfani da skype
... print out documents	Yi printing
... scan documents	A yi mani scanning

j. Cell Phone

I'd like to buy a cell phone.	Ina so in sayi waya
I need a cell phone charger	Ina son chaja na waya
My number is ...	Lambar waya ta itace....
What is your phone number?	Menene lambar wayar ka?
I need to speak to ...	Ina so in yi magana da...
What is the code for ...	Menene lambar...

k. Post office

Where is the post office?	Ina ofishin aika wasi ka yake?
I need to send ...	Ina so in aika da...
... A domestic package	sako

... an international package	Sako kasar waje
... a postcard	Katin gaisuwa
... a parcel	Kunshin kaya
Postal code	Lambar aika sako
Declaration	Jawabi
Stamp	Hatimi

I. Business

I'm here on business	Na zo nan yin kasuwanci ne
I'm from ...	Na zo daga...
... America	Amurka
... England	Ingila
Could I have your business card?	Zan iya samun business card?
Here is my business card	Ga business card dina
Where is the conference?	A ina za ayi taron?
Where is the company office?	Ina ofishin kampanin yake?
Where is the business building?	Ina ginin kasuwancin yake?
I'm here for a business meeting	Nazo nan taron business ne
I'm here for a conference.	Nazo halartar wani taro ne
I'm here for a trade show	Nazao halartar kasuwar baje koli
Could you translate please?	Zaka iya yi fassara mani?
I need an interpreter.	Ina bukatar tafinta
Pleasure doing business with you.	Naji dadin ya cinikaiya da kai
That was a great meeting!	Taron nan yayi armashi sosai!
That was a great conference!	Taron nan yayi armashi sosai!
That was a great trade show!	Kasuwar baje kolin nan ta yi armashi sosai!
Thank you.	Na gode
Should we go out for lunch?	Muje mu ci abincin rana?
Should we go out for dinner?	Muje mu ci abincin dare?
Should we go out for a drink?	Muje mu sha wani abu?
Here is my email	Ga email dina
Here is my phone number	Ga lambar waya ta

m. Museums/Tours

MUSEUMS	Gidan kayan tarihi
Where is the museum?	Ina ne gidan kayan tarihin yake?
What time does the museum open?	Wane lokaci gidan tarihin ke buɗewa?
I'd like to hire a guide.	Ina so in yi hayar ɗan jagora
How much does a ticket cost?	Nawa tikitin yake?
I need ...	Ina son...
... one ticket	Tikiti ɗaya
... two tickets	Tikiti biyu
... three tickets	Tikiti uku
... four tickets	Tikiti huɗu
TOURS	Yawon buɗe ido
I'd like to ...	Zani so in...
... take the day tour	Je yawon buɗe ido da rana
... take the morning tour	Je yawon buɗe da safe
... take the evening tour	Je yawon buɗe da yamma
How long is the tour?	Akan kai wane lokaci ana yin yawon buɗe idon?
How much does it cost?	Nawa ne kudin?
Is food included?	Hadda abinci?
Is there water available?	Za'a samu ruwa?
What time will we return?	Yaushe zamu dawo?

n. Special Need Travelers (Seniors, Children, Disabilities)

DISABILITIES/SENIORS	
I need help, please.	Ina buƙatar taimako
Is there an elevator?	Akwai lif?
How many steps are there?	Matakala nawa ke akwai?
Could you help me across the street please?	Zaka iya taya ni tsallake titi?
I have a disability.	Ina da naƙasu
I need to sit down, please.	Ina so in zauna
Is there wheelchair access?	Akwai hanyar keken hannu?

Are there restrooms for people with disabilities?	Akwai kewayan mutane masu nakasu?
Are guide dogs allowed?	Ana barin karen jagora?
VOCAB BANK	
Ramp	Gangara
Wheelchair	Keken hannu
CHILDREN	Yara
I have children.	Ina da yara
Are children allowed?	Ana barin yara?
Is there a children's menu?	Akwai takardar tsarin abincin yara?
Is there a baby changing room?	Akwai dakin canza ma jarirai kaya?
Is there a baby seat?	Akwai kujerar jarirai?
I need a ...	Ina bukatar...
... stroller	stroller
... highchair	Highchair
I need ...	Ina son....
... diapers	Zanen jarirai
... baby wipes	Baby wipes

2. MEETING PEOPLE
a. Getting Acquainted

Hi, my name is ...	Barka, sunana....
Hello	Halo
Good morning	Ina kwana
Good afternoon	Ina wuni
Good evening	Ina wuni
How are you?	Ya kake?
I'm good and you?	Ina lafiya, kaifa?
My name is ...	Suna na...
What is your name?	Mene ne sunan ka?
Nice to meet you	Naji dadin haduwa da kai
I'm from ...	Na zo daga...
I'm an American	Ni dan Amerika ne
I am British	Ni dan Ingila ne
Mr.	Alhaji
Mrs.	Hajia

13

Ms.	Ms.
Do you speak English?	Kana kin turanci?
I understand	Na gane
I'm sorry, I don't understand	Yi hakuri, ban gane ba
I'm here on business	Na zo yin kasuwanci ne
I'm here to study	Na zo yin karatu ne
I'm here for a conference	Nazo halartar wani taro ne
I'm here for tourism	Nazo yawon buɗe ido ne
I'm from America	Na zo daga Amerika ne
I'm from England	Na zo daga Ingila ne
I'm from Australia	Nazo daga Australiya ne
Where are you from?	Kai ɗan asalin ina ne
What do you do?	Me kake yi?
I'm a businessman	Ni ɗan kasuwa ne
I'm a student	Ni ɗalibi ne
I'm an engineer	Ni injiniya ne
I'm a lawyer	Ni lauya ne
I'm a doctor	Ni likita ne
Are you married?	Kana da aure?
I'm married	Ina da aure
This is my wife	Wannan ce mata ta
This is my husband.	Wannan ne miji na
I have one child	Ɗan mu guda ɗaya
I have two children	Yayen mu biyu
I have three children	Yayen mu uku
I have four children	Yayen mu huɗu
I have five children	Yayen mu biyar
How old is your son?	Shekarar babban ɗan nawa
How old is your daughter?	Shekarar babban yarku nawa
How many children do you have?	Yayen ku nawa
Thank you	Na gode
Here is my email	Ga email ɗina
Do you use Facebook?	Kana amfani da fesbuk
Excuse me	Gafara de
Goodbye	Sai an jima
Have a good night	Sai da safe

14

b. Opinions/States of Being

GENERAL	
I am hot	Ina jin zafi
I am cold	Ina jin sanyi
I am tired	Na gaji
I am sleepy	Ina jin bacci
I am jetlagged	Na gaji
I am hungry	Ina jin yunwa
I am thirsty	Ina jin ƙishi
I need to use the restroom	Ina son inje kewaye
I need to smoke.	Ina so in sha taba
Did you enjoy that?	Kaji daɗin shi
I thought it was ...	Na ɗauka...
... amazing	Birge ni
... beautiful.	Na da kyau
... okay	Ba laifi
... interesting	Bani sha'awa
... unusual	Yayi wani iri
... dull	Bai yi ba
... overly expensive	Yayi tsada da yawa

c. Inviting People Out
(Music/Nightclubs/ Performing
Arts)

Would you like to go out tonight?	Kana so muje yawo yau da daddare?
What kind of things could we do at night?	Me za mu iya yi yau daddare?
Are you free ...	Kana wani abu
... tonight?	Yau
... tomorrow?	Gobe?
... this weekend?	Da ƙarshen mako?
When are you free?	Yaushe kake a sake?
Would you like to come with me?	Zaka iya bi na?
Yes of course.	E, mana
I'm sorry, I can't.	Kayi haƙuri, bazan iya ba
Would you like to go ...	Zaka zo muje...

15

... to a bar?	bar?
... to a café?	Wurin mai shayi?
... to a lounge?	Lounge?
... to a concert?	Shagali?
... to a restaurant?	Zuwa wurin cin abinci?
... to the movies?	Kallon fim?
... to a party?	Casu?
What time should we meet?	Yaushe zamu haɗu?
Where should we meet?	A ina zamu haɗu?
Will you pick me up?	Zaka zo ɗauka ta?
I will pick you up.	Zanzo in ɗauke ka
What kind of music do you like?	Wace irin waƙa kake so?
I like ...	Ina son...
... pop.	Pop
... rock.	Rock
... hip hop.	Hip hop
... country.	Country
... R&B.	R&b
Who is your favorite singer?	Wane mawaki kafi so?
My favorite singer is ...	Mawakin da na fi so shi ne...
Do you like ...	Kana son...
... to dance?	Yin rawa?
... to go to concerts?	Zuwa casu?
... to go to the theater?	Zuwa kallon wasan kwaikwayo
... to go to the opera?	Wasan opera
... to go to the symphony?	Zuwa symphony
I do like ...	Aiko ina son...
I don't like ...	Bani son...
I want to ...	Ina so in yi...
... go to a concert.	Je wurin cashewa
... go to the theater.	Zuwa gidan wasan kwaikwayo
... go to the symphony.	Zuwa symphony
... go to the opera.	Zuwa wasan opera
Do you want to ...	Kana so kayi...
... go to a concert?	Je wurin cashewa
... go to the theater?	Zuwa wurin wasan kwaikwayo
... go to the symphony?	Zuwa symphony

... go to the opera?	Zuwa wasan opera
Could we buy tickets?	Zamu iya sayan tikiti?
How much are the tickets?	Nawa tikitin yake?
I want the cheapest tickets please.	Ina son a bani tikitin da yafi arha
I want the best tickets please.	Ina son a bani tikitin da yafi tsada
Where is the concert?	A ina ake cashewa?
I need to buy ...	Ina so in sayi...
... one ticket, please.	Tikiti guda ɗaya
... two tickets, please.	Tikiti guda biyu
That was great.	Abun yayi kyau
That was long.	Abun yayi tsawo
That was amazing.	Abun ya birge ni
That was okay.	Abun ba laifi
What kind of movies do you like?	Wane irin fina-finai kake so
I like ...	Ina son
... action.	Na faɗa
... animated films.	Na zanen katun
... drama.	Wasan drama
... documentaries.	documentaries
... comedy.	Na ban dariya
... thrillers.	Thrillers
... science fiction.	Science fiction
... horror.	Na ba
... romantic comedy.	Na soyayya
Could we go to the movies tonight?	Zamu iya zuwa kallo fim yau?
When can we go to the movies?	Ina zamu je muyi kallo?
What movies are playing?	Wane fim ake yi?
How much are the tickets?	Nawa tikitin yake?
Is the theater far from here?	Gidan wasan kwaikwayon na da nisa?

d. Hiking

Do you like to hike?	Kana san zuwa yawo?
I love to hike.	Ina son zuwa yawo
What is the weather going to be like?	Ya yanayin zai kasance?
It will be ...	Zai kasance...

... cold.	Da sanyi
... cloudy.	A lullube
... snowing.	Ruwan ƙankara
... sunny.	Da rana
... warm.	Da ɗumi
... hot.	Da zafi
When can we go?	Ina za mu iya zuwa?
Is it safe?	Akwai tsaro?
Do we need to buy water?	Ana buƙatar mu sayi ruwa?
Is the water safe to drink?	Ruwan na da kyau?
Do we need to buy food?	Ana buƙatar mu sayi abinci?
Will we need a guide?	Zamu bukaci ɗan jagora?
Is it scenic there?	Wurin na kyan gani?
How long is the hike?	Ya tsawon tafiyar take?
How long is the drive?	Ya tsawon tuƙin yake?
How long is the climb?	Ya tsawon hawan yake?
I'm looking for ...	Ina neman...
... the campsite	Zango
... the toilet	Kewaye
What time does the sun go down?	Yaushe ne lokacin da rana zata faɗi?

e. Sports

What sport do you love?	Wane irin wasanni kake so?
I love ...	Ina son...
... football	Kwallon kafa
... hockey	Kwallon sanda
... basketball	Kwallon kwando
... baseball	Baseball
... soccer	Kwallon kafa
... boxing	Dambe
Do you play ...	Kana buga...
... football?	Kwallon kafa?
... hockey?	Kwallon sanda?
... basketball?	Kwallon kwando?
... baseball?	Baseball?
... soccer?	Kwallon kafa?
... volleyball?	Kwallon hannu?

18

Yes, I do.	E, ina yi
A little bit.	kaɗan
No, not much.	A'a, ba sosai ba
Do you ...	Kana
... go running?	Yin gudun motsa jiki?
... go to the gym?	Zuwa gym
Could we play?	Zamu iya wasa?
I'd like to play.	Ina so in in yi wasa?
I'm sorry, I can't play.	Yi haƙuri, bana iya wasa
I'm tired.	Na gaji
I think I need a break.	Ina ji ina so in ɗan huta
Can we go to a game?	Zamu iya zuwa kallon wasa?
Where is it located?	A ina ake yi?
Who's playing?	Su wa ke bugawa?
How much are the tickets?	Nawa ake saida tikiti?
I need ...	Ina son...
... one ticket, please.	Tikiti ɗaya
... two tickets, please.	Tikiti biyu
That was great!	Abun ya birge ni
He's an awesome player!	Ai gwani ne!
That was long!	Abun yayi tsawo

f. Sex & Romance

CONVERSATION STARTERS	
Hey, you look like you're having the most fun out of anybody here.	Ya, naga kafi kowa jin dadi anan
Hi, are you from around here?	Sannu, a nan kusa kake?
Can I buy you a drink?	In sayo ma lemu?
Want to dance?	Kana son yin rawa?
I'm having a great time with you.	Ina jin dadin lokacin mu tare
You're awesome.	Ka haɗu
I'm having the time of my life.	Ina jin dadi kwarai da gaske
Want to go some place quiet?	Kana so muje wurin da ba hayaniya?
Want to go outside with me?	Kana so muje waje dani?
You're beautiful.	Ke kyakkyawa ce
Let's go inside.	Mu shiga ciki
SEX	Jima'i

19

Kiss me.	Sumbace ni
Touch me here.	Taɓa ni a nan
Take this off.	cire wannan
Does that feel good?	Yayi maki daɗi?
You like that.	Ki na so
Let's use a condom.	Muyi amfani da kwaroron roba
I can only do it with a condom.	Da kwaroron roba kawai zanyi
Stop!	Tsaya!
Don't do that.	Kada ka yi
I like when you do that.	Ina son in kayi haka
Keep going.	Ci gaba
That feels so good.	Yayi daɗi
That was incredible.	Yayi daɗi sosai
Let's do it again.	Mu ƙara yi
I want you.	Ina son ki
I love your body.	Ina ƙaunar jikin ki
You're beautiful	Ke kyakkyawa ce
I love you.	Ina ƙaunar ka/ki
I want to see you again.	Ina so in ƙara ganin ki
Would you like to meet me tomorrow?	Zamu iya ƙara haduwa gobe?
Would you like to meet me on the weekend?	Zamu iya haduwa
Would you like to give me your phone number?	Zaka iya bani lambar wayarka?
Would you like to give me your email?	Zaki iya bani email din ki?

3. EMERGENCIES
General

Is it safe?	Akwai tsaro?
This is an emergency!	Wannan da gaggawa ne!
Help!	A taimaka!
Be careful!	Bi a hankali!
Stop!	Tsaya!
Call the ambulance!	Kira motar asibiti!
Call the police!	Kira yen sanda!

He is hurt.	Ya ji rauni
She is hurt.	Ta ji rauni
There has been an accident.	An yi hadari
Can I use your phone?	Zani iya amfani da wayar ka?
Could you help me please?	Zaka iya taimaka mani?
I have been robbed.	An yi mani fashi
I have been assaulted.	An kai mani hari
She has been raped.	An yi mata fyade
He has been assaulted.	An kai masa hari
I lost my ...	Na yada...
... passport	fasfot
... money	Kudin
... wallet	Walat
It was a man.	Wata mata ce
It was a woman	Wani mutum ne
It was him.	Shi ne
It was her.	Ita ce
I need a lawyer	Ina bukatar lauya
I need to contact the American embassy.	Ina so in yi magana ofishin jakadanci na Amerika
I need to contact the British embassy.	Ina so in yi magana da ofishin jakadanci na Ingila

4. MEDICAL CARE

I need to go to the hospital.	Ina bukatar zuwa asibiti
Where is the hospital?	A ina asibitin yake?
Where is the pharmacy?	Ina kemis din yake?
I lost my medication.	Na batadda magani na
I need this medication.	Ina bukatar wannan maganin
I'm on medication for ...	Ina shan wan maganin na...
I need new glasses.	Ina bukatar sabon tabarau
I need new contact lenses.	Ina bukatar contact lenses
I need the receipt, please.	Ina bukatar a bani rasidi
I'm hurt.	Na ji rauni
He is hurt.	Ya ji rauni
She is hurt.	Ta ji rauni
I'm sick	Banda lafiya
He is sick.	Baya da lafiya

She is sick.	Bata da lafiya
It hurts right here ...	Nan wurin ke yi mani ciwo...
I can't move my ...	Ban iya motsa...
I'm allergic to something.	Wani abu yana sa ni rashin lafiya
I was throwing up.	Ina ta yin amai
He was throwing up.	Yana ta yin amai
She was throwing up.	Tana ta yin amai
I have chills.	Ina jin sanyi
I feel weak.	Ban jin karfin jiki na
I feel dizzy.	Ina jin juwa
I can't sleep.	Ban iya bacci
I have a headache.	Ina da ciwon kai
I need antibiotics.	Ina buƙatar antibiotics
How many times a day should I take this?	Sau nawa zan sha a rana?
He is having ...	Ya sami...
... an epileptic fit.	Farfaɗiya
... an asthma attack.	Ciwon asma
... a heart attack.	Bugun zuciya
I have a fever ...	Ina jin zazzaɓi...
She has a fever ...	Tana da zazzaɓi...
He has a fever ...	Ya na da zazzaɓi...

Women

I'm on the pill.	Ina shan magani
I need the morning after pill.	Ina shan maganin hana haihuwa
I need a pregnancy test.	Ina buƙatar a gwada ko ina da ciki
I have missed my period.	Ban yi al'ada da
I might be pregnant.	Ina jin ciki gare ni
I'm pregnant.	Ina da ciki
I have a yeast infection.	Na kamu da cutar yisti
I have a UTI (urinary tract infection).	Ina da ciwon mara

5. MINI DICTIONARY

a. English to Hausa

English	Hausa

A

Aboard	A kan
About	Game da
Above	Saman
Accident	Haɗari
Account	Asusu
Across	faɗin
Adapter	Adaftan
Address	Adireshi
Admit	Yarda
Adult	Babba
Advice	Shawara
Afraid	Tsaro
After	Bayan
Age	Yawam shekaru
Ago	Tun da daɗewa
Agree	Yarda
Ahead	Gaba
Air	Iska
Air conditioning	Na'urar sanyaya iska
Airline	Kamfanin jirgin sama
Airplane	Jirgin sama
Airport	Tashar jirgin sama
Aisle	Lungu
Alarm clock	Agogon mai ƙararrawa
Alcohol	Giya
All	Duka
Allergy	alerji
Alone	kaɗai

English	Hausa
Already	Tuni
Also	Kuma
Always	A kullum
Ancient	Tsoho
And	Da
Angry	Fushi
Animal	Dabba
Ankle	Idon sawu
Another	Wani
Answer	Amsa
Antique	Tsoho
Apartment	'Daki
Apple	Aful
Appointment	Alkawari
Argue	Gardama
Arm	Hannu
Arrest	Kamawa
Arrivals	Isowa
Arrive	Iso wa
Art	Zane
Artist	Mai zane
Ask (questinoning)	Tambaya
Ask (request)	Roko
Aspirin	Maganin asfirin
At	A
ATM	ATM
Awful	Mai ban tsoro

B

Baby	Jariri
Babysitter	Mai kula da jariri
Back (body)	Gadon baya
Back (backward position)	Baya
Backpack	Jakar baya
Bacon	Naman alade

English	Hausa
Bad	Mugu
Bag	Jaka
Baggage	kaya
Baggage claim	Baggage claim
Bakery	Gidan biredi
Ball (sports)	Kwallo
Banana	Ayaba
Band (musician)	Kungiyar makada
Bandage	bandeji
Band-Aid	Band aid
Bank	Banki
Bank account	Asusun banki
Basket	Kwando
Bath	Wanka
Bathing suit	Kayan wanka
Bathroom	Ban daki
Battery	Baturi
Be	Zama
Beach	Bakin ruwa
Beautiful	Kyakkyawa
Because	Saboda
Bed	Gado
Bedroom	Ɗaki
Beef	Naman shanu
Beer	Giya
Before	Kafin
Behind	A bayan
Below	A kasan
Beside	A gefen
Best	Mai kyau
Bet	Kullawa
Between	Tsakanin
Bicycle	Keke
Big	Kato
Bike	Mashin
Bill (bill of sale)	Shaidar biya

English	Hausa
Bird	Tsuntsu
Birthday	Ranar haihuwa
Bite (dog bite)	Cizo
Bitter	Tsami
Black	Baƙi
Blanket	Bargo
Blind	Makaho
Blood	Jini
Blue (dark blue)	shuɗi mai duhu
Blue (light blue)	shuɗi mai haske
Board (climb aboard)	Hawa
Boarding pass	Izinin tafiya
Boat	Jirgin ruwa
Body	Jiki
Book	Littafi
Bookshop	Shagon saida littafi
Boots (shoes)	takalma
Border	Kan iyaka
Bored	Gundura
Boring	Gundura
Borrow	Aro
Both	Su duka biyun
Bottle	Kwalba
Bottle opener (beer)	mabuɗin kwalba
Bottle opener (corkscrew)	mabuɗin kwalba
Bottom (butt)	Ɗuwawu
Bottom (on bottom)	Kasa
Bowl	Kwano
Box	Akwati
Boy	Yaro
Boyfriend	Saurayi
Bra	Rigar nono
Brave	Jarunta
Bread	Mumuki
Break	Karewa
Breakfast	Kalaci

English	Hausa
Breathe	Numfashi
Bribe	Cin hanci
Bridge	Gada
Bring	Kawo
Broken (breaking)	Kararre
Brother	Dan uwa
Brown	Ruwan kasa
Brush	Magogi
Bucket	Bokiti
Bug	Kwaro
Build	Ginawa
Builder	Ma gini
Building	Gini
Burn	Kuna
Bus	Bas
Bus station	Tashar bas
Bus stop	Tashar bas
Business	Kasuwanci
Busy	Hada hada
But	Amma
Butter	Man shanu
Butterfly	Pilpilo
Buy	Saye

C

Cake (wedding cake)	Kek na bikin aure
Cake (birthday cake)	Kek na bikin zagayowar shekarar haihuwa
Call	Kira
Call (telephone call)	Buga waya
Camera	Kamara
Camp	Sansani
Campfire	Campfire
Campsite	Zango
Can (have the ability)	Iya

English	Hausa
Can (allowed)	Bari
Can (aluminium can)	Garwa
Cancel	Soke
Candle	Kyandir
Candy	Alewa
Car	Mota
Cards (playing cards)	Kati
Care for	Kula da
Carpenter	Kafinta
Carriage	Karusa
Carrot	Caras
Carry	Dauka
Cash	Kudi
Cash (deposit a check)	Tsaba kudi
Cashier	Kashiya
Castle	Fada
Cat	Mage
Cathedral	Babban coci
Celebration	Biki
Cell phone	Wayar hannu
Cemetery	Makabarta
Cent	Sisi
Centimeter	Santimita
Center	Tsakiya
Cereal	Hatsi
Chair	Kujera
Chance	Sa'a
Change	Canji
Change (coinage)	Canji
Change (pocket change)	Canji
Changin room	Dakin canza kaya
Chat up	Hira
Cheap	Arha
Cheat	Kwara
Cheese	Cukwi
Chef	Mai abinci

English	Hausa
Cherry	Ceri
Chest (torso)	Kirji
Chicken	Kaji
Child	Yaro
Children	Yara
Chocolate	Cokolet
Choose	Zaɓi
Christmas	Kirsimeti
Cider	Cider
Cigar	Taba
Cigarette	Sigari
City	Birni
City center	Tsakiyar birni
Class (categorize)	Aji
Clean	Tsabta
Cleaning	Tsabtacewa
Climb	Hawa
Clock	Agogo
Close	Rufaffe
Close (closer)	Kusa
Closed	Rufe
Clothing	Kaya
Clothing store	Shagon saida kayan sawa
Cloud	Girgije
Cloudy	A lulluɓe
Coast	Gaɓar teku
Coat	Kwat
Cockroach	Kyekyaso
Cocktail	Cocktail
Cocoa	Koko
Coffee	Kafe
Coins	Sulalla
Cold	Sanyi
College	Kwaleji
Color	Kala
Comb	Kurya

English	Hausa
Come	Zo
Comfortable	daɗi
Compass	Kamfas
Complain	Kuka
Complimentary (on the house)	Complimentary
Computer	Na'ura mai kwakwalwa
Concert	Casu
Conditioner (conditioning treatment)	Kwandishana
Contact lens solution	Contact lenses solution
Contact lenses	Contact lenses
Contract	Kwangila
Cook	Dafa abinci
Cookie	Cookie
Cool (mild temperature)	Sanyi
Corn	Masara
Corner	Kwana
Cost	Tsadar
Cotton	Auduga
Cotton balls	Mulmulen auduga
Cough	Tari
Count	Kirga
Country	Kasa
Cow	Shanu
Crafts	ƙere ƙere
Crash	faɗuwa
Crazy	Hauka
Cream (creamy)	kirim
Cream (treatment)	Man kirim
Credit	Credit
Credit card	Credit card
Cross (crucifix)	Crucifix
Crowded	Cika
Cruise	Cruise
Custom	Al'ada
Customs	Al'adu

English	Hausa
Cut	Yanka
Cycle	Da'ira
Cycling	Tuƙin keke
Cyclist	Mai tuƙin keke

D

Dad	Uba
Daily	Kullum
Dance	Rawa
Dancing	Taka rawa
Dangerous	Hadari
Dark	Duhu
Date (important notice)	Ranar
Date (specific day)	Kwanan wata
Date (companion)	Budurwa
Daughter	Ya
Dawn	Asuba
Day	Rana
Day after tomorrow	Jibi
Day before yesterday	Shekaran jiya
Dead	A mace
Deaf	Kurma
Deal (card dealer)	Deal
Decide	Yamke shawara
Deep	Zurfi
Degrees (weather)	Degree
Delay	Jinkirta
Deliver	Ceto
Dentist	Likitan haƙori
Deodorant	Deodorant
Depart	Tashi
Department store	Shago mai sashe
Departure	Tashi
Departure gate	Kofar tashi
Deposit	Deposit

English	Hausa
Desert	Hamada
Dessert	Kayan zaƙi
Details	Details
Diaper	Zanen jariri
Diarrhea	Zawo
Diary	Diary
Die	Mutuwa
Diet	Diet
Different	Daban
Difficult	Wuya
Dinner	Abincin dare
Direct	Direct
Direction	Kwatance
Dirty	Dauɗa
Disaster	Annoba
Disabled	Guragu
Dish	Dish
Diving	Diving
Dizzy	Juwa
Do	Yi
Doctor	Likita
Dog	Kare
Door	Kofa
Double	Guda biyu
Double bed	Gado biyu
Double room	Ɗaki biyu
Down	Kasa
Downhill	Gangara
Dream	Mafarki
Dress	Riga
Drink (cocktail)	Abin sha
Drink (beverage)	Abin sha
Drink	Sha
Drive	Tuƙi
Drums	Ganga
Drunk	Bige

English	Hausa
Dry	A bushe
Dry (warm up)	Dumama
Duck	Agwagwa

E

Each	Kowane
Ear	Kunne
Early	Da wuri
Earn	Samu
East	Gabas
Easy	Sauki
Eat	Ci
Education	Ilimi
Egg	Kwai
Electricity	Lantarki
Elevator	Lif
Embarrassed	Bada kunya
Emergency	Gaggawa
Empty	Ba komai
End	Karshe
English	Ingilishi
Enjoy (enjoying)	Jin dadi
Enough	Isa
Enter	Shiga
Entry	Wurin shiga
Escalator	Escalator
Euro	Yuro
Evening	Yammaci
Every	Ko wane
Everyone	Ko waye
Everything	Komi
Exactly	Daidai
Exit	Hanyar fita
Expensive	Tsada
Experience	Kwarewa

English	Hausa
Eyes	Idanu

F

Face	Fuska
Fall (autumnal)	Fall
Fall (falling)	Faɗuwa
Family	Iyali
Famous	Sananne
Far	Nesa
Fare	kuɗin
Farm	Gona
Fast	Sauri
Fat	Kiba
Feel (touching)	Taɓawa
Feelings	Ji
Female	Ta mace
Fever	Zazzaɓi
Few	Kadan
Fight	Faɗa
Fill	Cika
Fine	Kyau
Finger	Yatsa
Finish	Gamawa
Fire (heated)	Wuta
First	Farko
First-aid kit	First aid kit
Fish	Kifi
Flat	Flat
Floor (carpeting)	Kasa
Floor (level)	Hawa
Flour	Gari
Flower	Fure
Fly	Tashi
Foggy	Hazo
Follow	Bi

English	Hausa
Food	Abinci
Foot	Kafa
Forest	Daji
Forever	Har abada
Forget	Mantawa
Fork	Cokali mai yatsu
Foul	Foul
Fragile	Mara kwari
Free (at liberty)	Yenci
Free (no cost)	Kyauta
Fresh	Sabo
Fridge	Firij
Friend	Abiki
From	Daga
Frost	Frost
Fruit	Yayen itace
Fry	Soyawa
Frying pan	Tukunyar soye soye
Full	Cike
Full-time	Cikkaken lokaci
Fun	Jin dadi
Funny	Ban dariya
Furniture	Furniture
Future	Future

G

Game (match-up)	Wasa
Game (event)	Wasa
Garbage	Bola
Garbage can	Abun zuba bola
Garden	Lambu
Gas (gasoline)	Fetur
Gate (airport)	kofa
Gauze	Gauze
Get	Samu

English	Hausa
Get off (disembark)	Sauka
Gift	Kyauta
Girl	Yarinya
Girlfriend	Budurwa
Give	Badawa
Glass	Gilashi
Glasses (eyeglasses)	Tabarau
Gloves	Safar hannu
Glue	Manne
Go (walk)	Jeka
Go (drive)	Tuki
Go out	Fita waje
God (deity)	Ubangiji
Gold	Zinariya
Good	Da kyau
Government	Gwamnati
Gram	Gram
Granddaughter	Jika
Grandfather	Kaka
Grandmother	Kaka
Grandson	Jiki
Grass	Ciyawa
Grateful	Godiya
Grave	Kabari
Great (wonderful)	Great
Green	Kore
Grey	Ruwan toka
Grocery	Kayan abinci
Grow	Girma
Guaranteed	Tabbatarwa
Guess	Cinka
Guilty	Laifi
Guitar	Garaya
Gun	Bindiga
Gym	Gym

English	Hausa

H

Hair	Gashi
Hairbrush	Kurya
Haircut	Aski
Half	Rabi
Hand	Hannu
Handbag	Jika hannu
Handkerchief	Zanen aljihu
Handmade	Kerin hannu
Handsome	Kyakkyawa
Happy	Murna
Hard (firm)	Tauri
Hard-boiled	Dafaffe
Hat	Hula
Have	Kana da
Have a cold	Ina mura
Have fun	Kana jin daɗi
He	Shi
Head	Kai
Headache	Ciwon kai
Headlights	Fitilan mota
Health	Lafiya
Hear	Saurare
Heart	Zuciya
Heat	Zafi
Heated	Zazzafa
Heater	Hita
Heavy	Nauyi
Helmet	Hular kwano
Help	Taimako
Her (hers)	Ita
Herb	Ganye
Herbal	Maganin gargajiya
Here	Nan

English	Hausa
High (steep)	Tudu
High school	Makarantar sakandare
Highway	Babban hanya
Hike	Yawo
Hiking	Zuwa yawo
Hill	Dutse
Hire	Haya
His	Na shi
History	Tarihi
Holiday	Hutu
Holidays	Lokacin hutu
Home	Gida
Honey	Zuma
Horse	Doki
Hospital	Asibiti
Hot	Zafi
Hot water	Ruwan zafi
Hotel	Otel
Hour	Karfe
House	Gida
How	Ya
How much	Nawa
Hug	Runguma
Humid	Danshi
Hungry (famished)	Yunwa
Hurt	Ciwo
Husband	Miji

I

Ice	Kankara
Ice cream	Ice cream
Identification	Shaida
ID card	Katin shaida
Idiot	Wawa
If	In

English	Hausa
Ill	Ciwo
Important	Muhimmi
Impossible	Bai yiwu wa
In	Cikin
(be) in a hurry	Sauri nake
In front of	A gaban
Included	Harda shi aciki
Indoor	A ciki ɗaaki
Information	Bayani
Ingredient	Kayan haɗi
Injury	Rauni
Innocent	Mara laifi
Inside	A ciki
Interesting	Ban sha'awa
Invite	Gayyata
Island	Tsibiri
It	Shi
Itch	Kaiƙayi

J

Jacket	Jacket
Jail	Gidan yari
Jar	Jar
Jaw	Muƙamuƙi
Jeep	Jip
Jewelry	Jewelry
Job	Aiki
Jogging	Sassarfa
Joke	Labarin ban dariya
Juice	Lemu
Jumper (cardigan)	Rigar sanyi

K

Key	Mukulli

English	Hausa
Keyboard	Keyboard
Kilogram	Kilogram
Kilometer	Kilometer
Kind (sweet)	Kirki
Kindergarten	Ta kamili
King	Sarki
Kiss	Simbace
Kiss	Simbace
Kitchen	Kitchen
Knee	Gwiwa
Knife	Wuka
Know	Sani

L

Lace	Igiyar takalmi
Lake	Tabki
Land	Kasa
Language	Yare
Laptop	Komfyutar cinya
Large	Mai girma
Last (finale)	Na karshe
Last (previously)	Na da
Law (edict)	Doka
Lawyer	lauya
Lazy	Raggo
Leader	Shugaba
Learn	Koyo
Leather	Fata
Left (leftward)	Hagu
Leg	Kafa
Legal	Legal
Lemon	Lemun tsami
Lemonade	Lemun lemun tsami
Lens	Lens
Lesbian	Yen madigo

English	Hausa
Less	kaɗan
Letter (envelope)	Wasika
Lettuce	Letas
Liar	Makaryaci
Library	ɗakin ajiya litattafai
Lie (lying)	Karya
Lie (falsehood)	Karya
Life	Rayuwa
Light	Haske
Light (pale)	koɗaɗɗe
Light (weightless)	Mara nauyi
Light bulb	Kwallon fitila
Lighter (ignited)	Lighter
Like	Kamar
Lime	Lemun tsami
Lips	Laɓɓa
Lipstick	Jan baki
Liquor store	Shagon saida giya
Listen	Saurare
Little (few)	Yan kaɗan
Little (tiny)	ɗan kaɗan
Live (occupy)	Zauna
Local	Kauye
Lock	Kulle
Locked	Kullewa
Long	Dogo
Look	Duba
Look for	Dubawa
Lose	Rasawa
Lost	Bacewa
(A) Lot	Da yawa
Loud	kara
Love	So
Low	kaɗan
Luck	Sa'a
Lucky	Samun sa'a

41

English	Hausa
Luggage	Kaya
Lump	Kullutu
Lunch	Abincin rana
Luxury	Luxury

M

Machine	Mashin
Magazine	Mujalla
Mail (mailing)	Wasika
Mailbox	Akwatin wasika
Main	Ainihin
Mainroad	Main road
Make	Yi
Make-up	Kayan shafe shafe
Man	Namiji
Many	Masu yawa
Map	Map
Market	Kasuwa
Marriage	Aure
Marry	Auri
Matches (matchbox)	Ashana
Mattress	Katifa
Maybe	Kila
Me	Ni
Meal	Abinci
Meat	Nama
Medicine (medicinals)	Magani
Meet	Haɗewa
Meeting	Taro
Member	Ɗan ƙungiya
Message	Saƙo
Metal	Karfe
Meter	Meter
Microwave	Obin na lantarki
Midday	Tsakar rana

English	Hausa
Midnight	Tsakar dare
Military	Sojoji
Milk	Madara
Millimeter	Millimeter
Minute (moment)	Minti
Mirror	Madubi
Miss (lady)	Miss
Miss (mishap)	haɗari
Mistake	Kuskure
Mobile phone	Wayar hannu
Modern	Zamani
Money	Kudi
Month	Wata
More	Kari
Morning	Safe
Mosquito	Sauro
Motel	Motel
Mother	Uwa
Mother-in-law	Sirika
Motorbike	Mashin
Motorboat	Motor boat
Mountain	Mountain
Mountain range	Mountain range
Mouse	jaɓa
Mouth	Baki
Movie	Fim
Mr.	Alhaji
Mrs./Ms	Hajia
Mud	Laka
Murder	Kisa
Muscle	Tsoka
Museum	Gidan kayan tarihi
Music	Waka
Mustard	Mustard
Mute	Shiru
My	Nawa

English	Hausa

N

Nail clippers	Abun yake akaifa
Name (moniker)	Suna
Name (term)	Sunan abu
Name (surname)	Sunan uba
Napkin	Tsumman goge baki
Nature	Nature
Nausea	Tuƙa
Near (close)	Kusa
Nearest	Mafi kusa
Necessity	Larura
Neck	Wuya
Necklace	Sarƙa
Need	Buƙata
Needle (stitch)	Allura
Negative	Korau
Neither...nor...	Ba...kuma ba....
Net	Raga
Never	Sam
New	Sabo
News	Labarai
Newspaper	Jarida
Next (ensuing)	Na gaba
Next to	Kusa da
Nice	Nice
Nickname	Laƙani
Night	Dare
Nightclub	Kulob na dare
No	A'a
Noisy	Hayaniya
None	Ba ko ɗaya
Nonsmoking	Ba'a shan sigari
Noon	Azahar
North	Arewa

English	Hausa
Nose	Hanci
Not	Ba
Notebook	Littafin rubutu
Nothing	Babu komai
Now	Yanzu
Number	Lamba
Nurse	Malamar asibiti
Nut	Noti

O

Ocean	Teku
Off (strange)	Wani iri
Office	Ofis
Often	Kusanci kullum
Oil (oily)	Mai
Old	Tsoho
On	A kunne
On time	Akan lokaci
Once	Da zarar
One	Ɗaya
One-way	Hanya ɗaya
Only	Kaɗai
Open	Bude wa
Operation (process)	Operation
Operator	Operator
Opinion	Ra'ayi
Opposite	Ba shi ba
Or	Ko
Orange (citrus)	Lemu
Orange (color)	Kalar lemu
Orchestra	Orchetra
Order	Oda
Order	Oda
Ordinary	Talakawa
Original	Asali

English	Hausa
Other	Wani
Our	Namu
Outside	Waje
Oven	Obin
Overnight	Cikin dare
Overseas	Kasashen waje
Owner	Mai abu
Oxygen	Oxygen

P

Package	Kullin kaya
Packet	Jaka
Padlock	Kwaɗo
Page	Shafi
Pain	Ciwo
Painful	Raɗaɗi
Painkiller	Maganin rage raɗaɗi
Painter	Mai penti
Painting (canvas)	Zanen penti
Painting (the art)	Zane
Pair	Biyu
Pan	Pan
Pants (slacks)	Wando
Paper	Takarda
Paperwork	Takaddu
Parents	Iyaye
Park	Park
Park (parking)	Park
Part (piece)	Bangare
Part-time	Dan lokaci
Party (celebration)	Biki
Party (political)	Jam'i ya
Pass	Wucewa
Passenger	Fasinja
Passport	Fasfot

English	Hausa
Past (ago)	Da
Path	Hanya
Pay	Biya
Payment	Biyan
Peace	Zaman lafiya
Peach	Peach
Peanut	Gyaɗa
Pear	Pear
Pedal	Feda
Pedestrian	Tafiya a ƙasa
Pen	Alƙalami
Pencil	Fensir
People	Mutane
Pepper (peppery)	Yaji
Per	Per
Per cent	Kashi
Perfect	Ba kuskure
Performance	Performance
Perfume	Turare
Permission (permit)	Dama
Person	Mutum
Petrol	Man Fetur
Petrol station	Gidan mia
Pharmacy	Wurin shan magani
Phone book	Littafin lambar waya
Photo	Hoto
Photographer	Mai hoto
Pigeon	Tattabara
Pie	Pie
Piece	ɓalli
Pig	Alade
Pill	Kwaya
Pillow	Matashin kai
Pillowcase	Rigar matashin kai
Pink	Pink
Place	Wuri

English	Hausa
Plane	Jirgi
Planet	Duniya
Plant	Shuka
Plastic	Roba
Plate	Kwano
Play (strum)	Wasa
Play (theatrical)	Wasan kwaikwayo
Plug (stopper)	Plug
Plug (socket)	Plug
Plum	Plum
Pocket	Aljihu
Point	Wuri
Poisonous	Guba
Police	Yen sanda
Police officer	'Dan sanda
Police station	Ofishin yen sanda
Politics	Siyasa
Pollution	Gurbata
Pool (basin)	Pool
Poor	Talaka
Popular	Farin jinni
Pork	Naman alade
Port (dock)	Port
Positive	Positive
Possible	Zai yiwu
Postcard	Katin gaisuwa
Post office	Ofishin aika wasika
Pot (kettle)	Sintali
Potato	Dankali
Pottery	tukwane
Pound (ounces)	Pound
Poverty	Talauci
Powder	Hoda
Power	Karfi
Prayer	Addu'a
Prefer	Fi son

English	Hausa
Pregnant	Jiki
Prepare	Shiri
Prescription	Kwaya
Present (treat)	Kyata
Present (now)	Yanzu
President	Shugaban kasa
Pressure	Matsin lamba
Pretty	Kyakkyawa
Price	Farashi
Priest	Firist
Printer (printing)	Printer
Prison	Gidan yari
Private	Private
Produce	kera
Profit	Riba
Program	Shirin
Promise	Alkawari
Protect	Karewa
Pub	Pub
Public toilet	Kewayanal'umma
Pull	Ja
Pump	Famfo
Pumpkin	Kabewa
Pure	Tsabtace
Purple	Purple
Purse	Jaka
Push	Turi
Put	Sawa

Q

Quality	Quality
Quarter	Quarter
Queen	Sarauniya
Question	Tambaya
Queue	Layi

English	Hausa
Quick	Sauri
Quiet	Tsit
Quit	Sallama

R

Rabbit	Zomo
Race (running)	Tsere
Radiator	Lagirato
Radio	Akwatin rediyo
Rain	Ruwan sama
Raincoat	Raincoat
Rare (exotic)	Rare
Rare (unique)	Rare
Rash	Kuraje
Raspberry	Raspberry
Rat	Bera
Raw	Danye
Razor	Reza
Read	Karatu
Reading	Karanta wa
Ready	Shirye
Rear (behind)	Bayan
Reason	Dalili
Receipt	Rasidi
Recently	Baya bayan nan
Recomment	Maimaitawa
Record (music)	Record
Recycle	Maimaita
Red	Ja
Refrigerator	Firij
Refund	Biya
Refuse	Ki
Regret	Nadama
Relationship	Dangantaka
Relax	Hutawa

English	Hausa
Relic	Relic
Religion	Addini
Religious	Abun addini
Remote	Nes
Rent	Haya
Repair	Gyara
Reservation (reserving)	Reservation
Rest	Hutawa
Restaurant	Gidan abinci
Return (homecoming)	Dawowa
Return (returning)	Dawowa
Review	Review
Rhythm	Launi
Rib	Awaza
Rice	Shinkafa
Rich (prosperous)	Arziki
Ride	Tuƙi
Ride (riding)	Tuƙi
Right (appropriate)	Daidai
Right (rightward)	Gefen dama
Ring (bauble)	Right
Ring (ringing)	Kara
Rip-off	Kwara
River	Kogi
Road	Titi
Rob	Sata
Robbery	Fashi
Rock	Dutse
Romantic	Soyayya
Room (accommodation)	Ɗaki
Room (chamber)	Ɗaki
Room number	Lambar ɗaki
Rope	Igiya
Round	Zagaye
Route	Hanya
Rug	Kilishi

English	Hausa
Ruins	Kango
Rule	Mulki
Rum	Giyar rum
Run	Gudu

S

Sad	ɓacin rai
Safe	Tsari
Salad	Salad
Sale (special)	Sale
Sales tax	Harajin ciniki
Salmon	Kifi salmon
Salt	Gishiri
Same	Iri ɗaya
Sand	Kasa
Sandal	Takalmi
Sauce	Miya
Saucepan	Tukunyar miya
Sauna	Sauna
Say	Faɗi
Scarf	Ɗan kwali
School	Makaranta
Science	Kimiya
Scientist	Mai karatun kimiya
Scissors	Al makashi
Sea	Teku
Seasickness	Seasickness
Season	Yanayi
Seat	Wurin zama
Seatbelt	Bel ɗin wurin zama
Second (moment)	Sa'a
Second	Na biyu
See	Gani
Selfish	San kai
Sell	Saida wa

English	Hausa
Send	Aika wa
Sensible	Mafi hankali
Sensual	Son sha'awa
Seperate	Daban
Serious	Tsanani
Service	Service
Several	Masu yawa
Sew	Dinki
Sex	Jima'i
Sexism	Sexism
Sexy	Sexy
Shade (shady)	Inuwa
Shampoo	Sabulun wanke gashi
Shape	Kira
Share (sharing)	Rabawa
Share (allotment)	Rabo
Shave	Aski
Shaving cream	Man aski
She	Ita
Sheet (linens)	Zanin gado
Ship	Jirgin ruwa
Shirt	Riga
Shoes	Takalma
Shoot	Harbi
Shop	Shago
Shop	Shago
Shopping center	Shaguna
Short (low)	Gajere
Shortage	Karanchi
Shorts	Gajeren wando
Shoulder	Kafada
Shout	Ihu
Show	Nuni
Show	Wasa
Shower	Shower
Shut	Shiru

English	Hausa
Shy	Kunya
Sick	Rashin lafiya
Side	Gefe
Sign	Alama
Sign (signature)	Alamar sa hannu
Signature	Sa hannu
Silk	Silk
Silver	Azurfa
Similar	Iri ɗaya
Simple	Mara wahala
Since	Tun
Sing	Waƙi
Singer	Ma waƙi
Single (individual)	Kwarai ɗaya
Sister	Yar uwa
Sit	Zama
Size (extent)	Girma
Skin	Fata
Skirt	Siket
Sky	Sama
Sleep	Bacci
Sleepy	Jin bacci
Slice	Sala
Slow	Hankali
Slowly	A hankali
Small	Karami
Smell	Wari
Smile	Murmushi
Smoke	Hayaƙi
Snack	Abun ciye ciye
Snake	Maciji
Snow	Ruwan ƙankara
Soap	Sabulu
Socks	Safa
Soda	Lemu
Soft-drink	Lemun gwangwani

English	Hausa
Some	Wasu
Someone	Wani
Something	Wani abu
Son	Ɗa
Song	Waƙa
Soon	Ba da daɗewa ba
Sore	Ciwo
Soup	Miya
South	Kudu
Specialist	Gwani
Speed (rate)	Gudu
Spinach	Aleyahu
Spoiled (rotten)	Ruɓewa
Spoke	Magana
Spoon	Cokali
Sprain	murɗewa
Spring (prime)	Spring
Square (town center)	Hili
Stadium	Hilin wasanni
Stamp	Hatimi
Star	Tauraro
Star sign	Alamar tauraro
Start	Farawa
Station	Tasha
Statue	Gunki
Stay (sleepover)	Sauka
Steak	Yankin nama
Steal	Sata
Steep	Hawa
Step	Taku
Stolen	Kayan sata
Stomach	Jiki
Stomach ache	Ciwon jiki
Stone	Dutse
Stop (station)	Tasha
Stop (halt)	Tsaya

English	Hausa
Stop (avoid)	Bari
Storm	Storm
Story	Labari
Stove	Risho
Straight	Madaidaiciya
Strange	Baƙo
Stranger	Baƙo
Strawberry	Strawberry
Street	Layi
String	Zare
Stroller	Stroller
Strong	Karfi
Stubborn	Taurin kai
Student	Ɗalibi
Studio	Studio
Stupid	Banza
Suburb	Unguwar
Subway (underground)	Hanyar ƙarƙashin ƙasa
Sugar	Sukari
Suitcase	Akwati
Summer	Lokacin zafi
Sun	Rana
Sun block	Sun block
Sunburn	Kunar ranar
Sunglasses	Tabarau
Sunny	Hasken rana
Sunrise	Fitowar rana
Sunset	Faɗuwar rana
Supermarket	Babban kanti
Surf	Surf
Surprise	Bazata
Sweater	Suwaita
Sweet	Alewa
Swelling	Kumbura
Swim	Iyo
Swiming pool	Kwamin iyo

English	Hausa
Swimsuit	Kaya iyo

T

Table	Tebur
Tablecloth	Zanen tebur
Tall	Tsawo
Take	Dauka
Take photos	Dauka hoto
Talk	Magana
Tap	Fanfo
Tap water	Ruwan fanfo
Tasty	Dadi
Tea	Shayi
Teacher	Makami
Team	Kungiya
Teaspoon	Karamin cokali
Teeth	Hakora
Telephone	Waya
Television	Telebijin
Tell	Fadi
Temperature (feverish)	Temperature
Temperature (degrees)	Temperature
Terrible	Muni
Thank	Na gode
That (one)	Wancan
Theater	Gidan wasan kwaikwayo
Their	Nasu
There	Can
Thermometer	Ma'aunin zafi da sanyin
They	Su
Thick	Kauri
Thief	Barawo
Thin	Siriri
Think	Tunani
Third	Na uku

English	Hausa
Thirsty (parched)	Kishi
This (one)	Wannan
Throat	Makogwaro
Ticket	Tikiti
Tight	Matsatsi
Time	Lokaci
Time difference	Babban cin lokaci
Tin (aluminium can)	gwangwani
Tiny	Karami
Tip (tipping)	Lada
Tire	Gajiya
Tired	Gajiye
Tissues	Kyallen takarda
To	Zuwa
Toast (toasting)	Gasa
Toaster	Injin gasa burodi
Tobacco	Taba
Today	Yau
Toe	Babban yatsa
Together	Tare
Toilet	Kewaye
Toilet paper	Takardar shiga bayan gida
Tomato	Timatur
Tomorrow	Gobe
Tonight	Da daddare
Too (additionally)	Kari
Too (excessively)	Yawa
Tooth	Hakori
Toothbrush	Magogin baki
Toothpaste	Man goge hakori
Touch	Taɓa
Tour	Yawan shakatawa
Tourist	Dan yawon bude ido
Towards	Wajen
Towel	Tawul
Tower	Tsauni

English	Hausa
Track (pathway)	Sawu
Track (racing)	Hanya
Trade (trading)	Kasuwanci
Trade (career)	Kasuwanci
Traffic	Traffic
Traffic light	Traffic light
Trail	Trail
Train	Jirgin kasa
Train station	Tashar jirgin kasa
Tram	Tram
Translate	Fassara
Translation	Fassara
Transport	Transport
Travel	Tafiya
Tree	Itace
Trip (expedition)	Tafiya
Truck	Katuwar mota
Trust	Yarda
Try (trying)	Gwada
Try (sip)	Sirɓa
T-shirt	Ruga
Turkey	Talo-talo
Turn	Juya
TV	Telebijin
Tweezers	Tweezers
Twice	So biyu
Twins	Yen biyu
Two	Biyu
Type	Irin
Typical	Hankula

U

Umbrella	Umbrella
Uncomfortable	Rashin sukuni
Understand	Ganewa

English	Hausa
Underwear	Tufafi
Unfair	Rashin adalci
Until	Sai
Unusual	Ba yadda aka saba ba
Up	Sama
Uphill	Tudu
Urgent	Da gaggawa
Useful	Amfani

V

Vacation	Hutu
Valuable	Mai daraja
Value	Daraja
Van	Van
Vegetable	Kayan lambu
Vegeterian	Kayan lambu
Venue	Wuri
Very	Yayi
Video recorder	Video recorder
View	Hange
Village	Kauye
Vinegar	Vinegar
Virus	Kwayar cuta
Visit	Ziyara
Visit	Ziyara
Voice	Murya
Vote	Zaɓe

W

Wage	Albashi
Wait	Jira
Waiter	Sabis
Waiting room	Wurin jira
Wake (someone) up	Ka tashi

English	Hausa
Walk	Tafiya
Want	So
War	Yaki
Wardrobe	Wardrope
Warm	Dumi
Warn	Gargaɗi
Wash (bathe)	Wanka
Wash (scrub)	Wanki
Wash cloth	Wanke kaya
Washing machine	Injin wanki
Watch	Kallo
Watch	Agogo
Water	Ruwa
Water bottle	Robar ruwa
Watermelon	Kankana
Waterproof	Mai hana ruwa
Wave	Wave
Way	Hanya
We	Mu
Wealthy	Arziki
Wear	Shanyawa
Weather	Yanayi
Wedding	Aure
Week	Sati
Weekend	Hutun ƙarshen sati
Weigh	Nauyin abu
Weight	Nauyi
Weights	Nauyi
Welcome	Barka
Well	Rijiya
West	Yamma
Wet	Jiƙe
What	Me
Wheel	Wheel
Wheelchair	Keken hannu
When	Yaushe

English	Hausa
Where	Ina
Which	Wane
White	Fari
Who	Wa
Why	Saboda
Wide	Faɗi
Wife	Mata
Win	Ci
Wind	Iska
Window	Taga
Wine	Giyar wine
Winner	Zakara
Winter	Lokacin sanyi
Wish	Fata
With	Da
Within (until)	A cikin
Without	Ba tare da
Wonderful	Ban mamaki
Wood	Katako
Wool	Ulu
Word	Kalma
Work	Aiki
World	Duniya
Worried	Damuwa
Wrist	Wuyan hannu
Write	Rubutu
Writer	Ma rubuci
Wrong	Ba daidai ba

Y

Year	Shekara
Years	Shekaru
Yellow	Ruwan ƙwai
Yes	E
Yesterday	Jiya

English	Hausa
(Not) yet	Amma duk da haka
You	Kai
You	Ke
Young	Karami
Your	Naka

Z

Zipper	Zipper
Zoo	Gidan ajiye dabbobi
Zucchini	zucchini

b. Hausa to English

Hausa	English

A

A	At
A bayan	Behind
A bushe	Dry
A ciki	Inside
A ciki ɗaaki	Indoor
A cikin	Within (until)
A gaban	In front of
A gefen	Beside
A hankali	Slowly
A kan	Aboard
A ƙasan	Below
A kullum	Always
A kunne	On
A lulluɓe	Cloudy
A mace	Dead
A'a	No
Abiki	Friend
Abin sha	Drink (cocktail)
Abin sha	Drink (beverage)
Abinci	Meal
Abinci	Food
Abincin dare	Dinner
Abincin rana	Lunch
Abun addini	Religious
Abun ciye ciye	Snack
Abun yake akaifa	Nail clippers
Abun zuba bola	Garbage can
Adaftan	Adapter
`Addini	Religion
Addu'a	Prayer
Adireshi	Address

Hausa	English
Aful	Apple
Agogo	Clock
Agogo	Watch
Agogon mai ƙararrawa	Alarm clock
Agwagwa	Duck
Aika wa	Send
Aiki	Job
Aiki	Work
Ainihin	Main
Aji	Class (categorize)
Akan lokaci	On time
Akwati	Box
Akwati	Suitcase
Akwatin rediyo	Radio
Akwatin wasiƙa	Mailbox
Al makashi	Scissors
Al'ada	Custom
Al'adu	Customs
Alade	Pig
Alama	Sign
Alamar sa hannu	Sign (signature)
Alamar tauraro	Star sign
Albashi	Wage
alerji	Allergy
Alewa	Candy
Alewa	Sweet
Aleyahu	Spinach
Alhaji	Mr.
Aljihu	Pocket
Alƙalami	Pen
Alkawari	Appointment
Alkawari	Promise
Allura	Needle (stitch)
Amfani	Useful
Amma	But
Amma duk da haka	(Not) yet

Hausa	English
Amsa	Answer
Annoba	Disaster
Arewa	North
Arha	Cheap
Aro	Borrow
Arziki	Rich (prosperous)
Arziki	Wealthy
Asali	Original
Ashana	Matches (matchbox)
Asibiti	Hospital
Aski	Haircut
Aski	Shave
Asuba	Dawn
Asusu	Account
Asusun banki	Bank account
ATM	ATM
Auduga	Cotton
Aure	Marriage
Aure	Wedding
Auri	Marry
Awaza	Rib
Ayaba	Banana
Azahar	Noon
Azurfa	Silver

B

Ba	Not
Ba da daɗewa ba	Soon
Ba daidai ba	Wrong
Ba ko ɗaya	None
Ba komai	Empty
Ba kuskure	Perfect
Ba shi ba	Opposite
Ba tare da	Without
Ba yadda aka saba ba	Unusual

Hausa	English
Ba...kuma ba....	Neither...nor...
Ba'a shan sigari	Nonsmoking
Babba	Adult
Babban cin lokaci	Time difference
Babban coci	Cathedral
Babban hanya	Highway
Babban kanti	Supermarket
Babban yatsa	Toe
Babu komai	Nothing
Bacci	Sleep
Bacewa	Lost
bacin rai	Sad
Bada kunya	Embarrassed
Badawa	Give
Baggage claim	Baggage claim
Bai yiwu wa	Impossible
Baki	Mouth
Baki	Black
Bakin ruwa	Beach
Bako	Strange
Bako	Stranger
balli	Piece
Ban daki	Bathroom
Ban dariya	Funny
Ban mamaki	Wonderful
Ban sha'awa	Interesting
Band aid	Band-Aid
bandeji	Bandage
Bangare	Part (piece)
Banki	Bank
Banza	Stupid
Barawo	Thief
Bargo	Blanket
Bari	Can (allowed)
Bari	Stop (avoid)
Barka	Welcome

Hausa	English
Bas	Bus
Baturi	Battery
Baya	Back (backward position)
Baya bayan nan	Recently
Bayan	After
Bayan	Rear (behind)
Bayani	Information
Bazata	Surprise
Bel ɗin wurin zama	Seatbelt
'Bera	Rat
Bi	Follow
Bige	Drunk
Biki	Celebration
Biki	Party (celebration)
Bindiga	Gun
Birni	City
Biya	Pay
Biya	Refund
Biyan	Payment
Biyu	Pair
Biyu	Two
Bokiti	Bucket
Bola	Garbage
Bude wa	Open
Budurwa	Date (companion)
Budurwa	Girlfriend
Buga waya	Call (telephone call)
Buƙata	Need

C

Campfire	Campfire
Can	There
Canji	Change
Canji	Change (pocket change)
Canji	Change (coinage)

Hausa	English
Caras	Carrot
Casu	Concert
Ceri	Cherry
Ceto	Deliver
Ci	Eat
Ci	Win
Cider	Cider
Cika	Crowded
Cika	Fill
Cike	Full
Cikin	In
Cikin dare	Overnight
Cikkaken lokaci	Full-time
Cin hanci	Bribe
Cinka	Guess
Ciwo	Hurt
Ciwo	Ill
Ciwo	Sore
Ciwo	Pain
Ciwon jiki	Stomach ache
Ciwon kai	Headache
Ciyawa	Grass
Cizo	Bite (dog bite)
Cocktail	Cocktail
Cokali	Spoon
Cokali mai yatsu	Fork
Cokolet	Chocolate
Complimentary	Complimentary (on the house)
Contact lenses	Contact lenses
Contact lenses solution	Contact lens solution
Cookie	Cookie
Credit	Credit
Credit card	Credit card
Crucifix	Cross (crucifix)
Cruise	Cruise
Cukwi	Cheese

Hausa	English

D

Hausa	English
Da	And
Da	Past (ago)
Da	With
Ɗa	Son
Da daddare	Tonight
Da gaggawa	Urgent
Da kyau	Good
Da wuri	Early
Da yawa	(A) Lot
Da zarar	Once
Da'ira	Cycle
Daban	Different
Daban	Seperate
Dabba	Animal
Daɗi	Tasty
daɗi	Comfortable
Dafa abinci	Cook
Dafaffe	Hard-boiled
Daga	From
Daidai	Exactly
Daidai	Right (appropriate)
Daji	Forest
Ɗaki	Apartment
Ɗaki	Bedroom
Ɗaki	Room (accommodation)
Ɗaki	Room (chamber)
Ɗaki biyu	Double room
ɗakin ajiya litattafai	Library
Ɗakin canza kaya	Changin room
Ɗalibi	Student
Dalili	Reason
Dama	Permission (permit)
Damuwa	Worried

Hausa	English
ɗan kaɗan	Little (tiny)
Ɗan ƙungiya	Member
Ɗan kwali	Scarf
Dan lokaci	Part-time
Ɗan sanda	Police officer
Dan uwa	Brother
Dan yawon bude ido	Tourist
Dangantaka	Relationship
Dankali	Potato
Danshi	Humid
Ɗanye	Raw
Daraja	Value
Dare	Night
Dauɗa	Dirty
Ɗauka	Take
Ɗauka	Carry
Ɗauka hoto	Take photos
Dawowa	Return (homecoming)
Dawowa	Return (returning)
Ɗaya	One
Deal	Deal (card dealer)
Degree	Degrees (weather)
Deodorant	Deodorant
Deposit	Deposit
Details	Details
Diary	Diary
Diet	Diet
Dinki	Sew
Direct	Direct
Dish	Dish
Diving	Diving
Dogo	Long
Doka	Law (edict)
Doki	Horse
Duba	Look
Dubawa	Look for

Hausa	English
Duhu	Dark
Duka	All
Dumama	Dry (warm up)
Dumi	Warm
Duniya	Planet
Duniya	World
Dutse	Hill
Dutse	Rock
Dutse	Stone
Ɗuwawu	Bottom (butt)

E

E	Yes
Escalator	Escalator

F

Faɗa	Fight
Fada	Castle
Fadi	Tell
Faɗi	Say
Faɗi	Wide
faɗin	Across
faɗuwa	Crash
Faɗuwa	Fall (falling)
Faɗuwar rana	Sunset
Fall	Fall (autumnal)
Famfo	Pump
Fanfo	Tap
Farashi	Price
Farawa	Start
Fari	White
Farin jinni	Popular
Farko	First
Fasfot	Passport

Hausa	English
Fashi	Robbery
Fasinja	Passenger
Fassara	Translate
Fassara	Translation
Fata	Leather
Fata	Skin
Fata	Wish
Feda	Pedal
Fensir	Pencil
Fetur	Gas (gasoline)
Fi son	Prefer
Fim	Movie
Firij	Fridge
Firij	Refrigerator
Firist	Priest
First aid kit	First-aid kit
Fita waje	Go out
Fitilan mota	Headlights
Fitowar rana	Sunrise
Flat	Flat
Foul	Foul
Frost	Frost
Fure	Flower
Furniture	Furniture
Fushi	Angry
Fuska	Face
Future	Future

G

Gaba	Ahead
Gabar teku	Coast
Gabas	East
Gada	Bridge
Gado	Bed
Gado biyu	Double bed

Hausa	English
Gadon baya	Back (body)
Gaggawa	Emergency
Gajere	Short (low)
Gajeren wando	Shorts
Gajiya	Tire
Gajiye	Tired
Gamawa	Finish
Game da	About
Ganewa	Understand
Ganga	Drums
Gangara	Downhill
Gani	See
Ganye	Herb
Garaya	Guitar
Gardama	Argue
Gargaɗi	Warn
Gari	Flour
Garwa	Can (aluminium can)
Gasa	Toast (toasting)
Gashi	Hair
Gauze	Gauze
Gayyata	Invite
Gefe	Side
Gefen dama	Right (rightward)
Gida	Home
Gida	House
Gidan abinci	Restaurant
Gidan ajiye dabbobi	Zoo
Gidan biredi	Bakery
Gidan kayan tarihi	Museum
Gidan mia	Petrol station
Gidan wasan kwaikwayo	Theater
Gidan yari	Jail
Gidan yari	Prison
Gilashi	Glass
Ginawa	Build

Hausa	English
Gini	Building
Girgije	Cloud
Girma	Grow
Girma	Size (extent)
Gishiri	Salt
Giya	Alcohol
Giya	Beer
Giyar rum	Rum
Giyar wine	Wine
Gobe	Tomorrow
Godiya	Grateful
Gona	Farm
Gram	Gram
Great	Great (wonderful)
Guba	Poisonous
Guda biyu	Double
Gudu	Run
Gudu	Speed (rate)
Gundura	Bored
Gundura	Boring
Gunki	Statue
Guragu	Disabled
Gurbata	Pollution
Gwada	Try (trying)
Gwamnati	Government
gwangwani	Tin (aluminium can)
Gwani	Specialist
Gwiwa	Knee
Gyaɗa	Peanut
Gyara	Repair
Gym	Gym

H

Hada hada	Busy
Hadari	Dangerous

Hausa	English
Haɗari	Accident
haɗari	Miss (mishap)
Haɗewa	Meet
Hagu	Left (leftward)
Hajia	Mrs./Ms
Haƙora	Teeth
Haƙori	Tooth
Hamada	Desert
Hanci	Nose
Hange	View
Hankali	Slow
Hankula	Typical
Hannu	Arm
Hannu	Hand
Hanya	Path
Hanya	Route
Hanya	Track (racing)
Hanya	Way
Hanya ɗaya	One-way
Hanyar fita	Exit
Hanyar ƙarƙashin ƙasa	Subway (underground)
Har abada	Forever
Harajin ciniki	Sales tax
Harbi	Shoot
Harda shi aciki	Included
Haske	Light
Hasken rana	Sunny
Hatimi	Stamp
Hatsi	Cereal
Hauka	Crazy
Hawa	Board (climb aboard)
Hawa	Climb
Hawa	Floor (level)
Hawa	Steep
Haya	Hire
Haya	Rent

Hausa	English
Hayaƙi	Smoke
Hayaniya	Noisy
Hazo	Foggy
Hili	Square (town center)
Hilin wasanni	Stadium
Hira	Chat up
Hita	Heater
Hoda	Powder
Hoto	Photo
Hula	Hat
Hular kwano	Helmet
Hutawa	Relax
Hutawa	Rest
Hutu	Holiday
Hutu	Vacation
Hutun ƙarshen sati	Weekend

I

Ice cream	Ice cream
Idanu	Eyes
Idon sawu	Ankle
Igiya	Rope
Igiyar takalmi	Lace
Ihu	Shout
Ilimi	Education
In	If
Ina	Where
Ina mura	Have a cold
Ingilishi	English
Injin gasa burodi	Toaster
Injin wanki	Washing machine
Inuwa	Shade (shady)
Iri ɗaya	Same
Iri ɗaya	Similar
Irin	Type

Hausa	English
Isa	Enough
Iska	Air
Iska	Wind
Iso wa	Arrive
Isowa	Arrivals
Ita	Her (hers)
Ita	She
Itace	Tree
Iya	Can (have the ability)
Iyali	Family
Iyaye	Parents
Iyo	Swim
Izinin tafiya	Boarding pass

J

Ja	Pull
Ja	Red
jaɓa	Mouse
Jacket	Jacket
Jaka	Bag
Jaka	Packet
Jaka	Purse
Jakar baya	Backpack
Jam'i ya	Party (political)
Jan baki	Lipstick
Jar	Jar
Jarida	Newspaper
Jariri	Baby
Jarunta	Brave
Jeka	Go (walk)
Jewelry	Jewelry
Ji	Feelings
Jibi	Day after tomorrow
Jika	Granddaughter
Jika hannu	Handbag

Hausa	English
Jiƙe	Wet
Jiki	Body
Jiki	Grandson
Jiki	Pregnant
Jiki	Stomach
Jima'i	Sex
Jin bacci	Sleepy
Jin dadi	Enjoy (enjoying)
Jin dadi	Fun
Jini	Blood
Jinkirta	Delay
Jip	Jeep
Jira	Wait
Jirgi	Plane
Jirgin ƙasa	Train
Jirgin ruwa	Boat
Jirgin ruwa	Ship
Jirgin sama	Airplane
Jiya	Yesterday
Juwa	Dizzy
Juya	Turn

K

Ka tashi	Wake (someone) up
Kabari	Grave
Kabewa	Pumpkin
kaɗai	Alone
Kaɗai	Only
Kadan	Few
kaɗan	Less
kaɗan	Low
Kafa	Foot
Kafa	Leg
Kafada	Shoulder
Kafe	Coffee

Hausa	English
Kafin	Before
Kafinta	Carpenter
Kai	Head
Kai	You
Kaiƙayi	Itch
Kaji	Chicken
Kaka	Grandfather
Kaka	Grandmother
Kala	Color
Kalaci	Breakfast
Kalar lemu	Orange (color)
Kallo	Watch
Kalma	Word
Kamar	Like
Kamara	Camera
Kamawa	Arrest
Kamfanin jirgin sama	Airline
Kamfas	Compass
Kan iyaka	Border
Kana da	Have
Kana jin daɗi	Have fun
Kango	Ruins
Kankana	Watermelon
Kankara	Ice
ƙara	Loud
Kara	Ring (ringing)
Karami	Small
Karami	Tiny
Karami	Young
Karamin cokali	Teaspoon
Karanchi	Shortage
Karanta wa	Reading
Kararre	Broken (breaking)
Karatu	Read
Kare	Dog
Karewa	Break

Hausa	English
Karewa	Protect
Karfe	Metal
Karfe	Hour
Karfi	Strong
Karfi	Power
Kari	More
Kari	Too (additionally)
Karshe	End
Karusa	Carriage
Karya	Lie (falsehood)
Karya	Lie (lying)
Kasa	Bottom (on bottom)
Kasa	Country
Kasa	Down
Kasa	Floor (carpeting)
Kasa	Land
Kasa	Sand
Kasashen waje	Overseas
Kashi	Per cent
Kashiya	Cashier
Kasuwa	Market
Kasuwanci	Trade (trading)
Kasuwanci	Trade (career)
Kasuwanci	Business
Katako	Wood
Kati	Cards (playing cards)
Katifa	Mattress
Katin gaisuwa	Postcard
Katin shaida	ID card
Kato	Big
Katuwar mota	Truck
Kauri	Thick
Kauye	Local
Kauye	Village
Kawo	Bring
kaya	Baggage

Hausa	English
Kaya	Clothing
Kaya	Luggage
Kaya iyo	Swimsuit
Kayan abinci	Grocery
Kayan haɗi	Ingredient
Kayan lambu	Vegetable
Kayan lambu	Vegeterian
Kayan sata	Stolen
Kayan shafe shafe	Make-up
Kayan wanka	Bathing suit
Kayan zaki	Dessert
Ke	You
Kek na bikin aure	Cake (wedding cake)
Kek na bikin zagayowar shekarar haihuwa	Cake (birthday cake)
Keke	Bicycle
Keken hannu	Wheelchair
ƙera	Produce
ƙere ƙere	Crafts
Kerin hannu	Handmade
Kewayanal'umma	Public toilet
Kewaye	Toilet
Keyboard	Keyboard
Ki	Refuse
Kiba	Fat
Kifi	Fish
Kifi salmon	Salmon
Kila	Maybe
Kilishi	Rug
Kilogram	Kilogram
Kilometer	Kilometer
Kimiya	Science
Kira	Call
Kira	Shape
Kirga	Count
kirim	Cream (creamy)

Hausa	English
Kirji	Chest (torso)
Kirki	Kind (sweet)
Kirsimeti	Christmas
Kisa	Murder
Kishi	Thirsty (parched)
Kitchen	Kitchen
Ko	Or
Ko wane	Every
Ko waye	Everyone
koɗaɗɗe	Light (pale)
Kofa	Door
ƙofa	Gate (airport)
Kofar tashi	Departure gate
Kogi	River
Koko	Cocoa
Komfyutar cinya	Laptop
Komi	Everything
Korau	Negative
Kore	Green
Kowane	Each
Koyo	Learn
Kudi	Cash
Kudi	Money
kuɗin	Fare
Kudu	South
Kujera	Chair
Kuka	Complain
Kula da	Care for
Kullawa	Bet
Kulle	Lock
Kullewa	Locked
Kullin kaya	Package
Kullum	Daily
Kullutu	Lump
Kulob na dare	Nightclub
Kuma	Also

Hausa	English
Kumbura	Swelling
Kuna	Burn
Kunar ranar	Sunburn
Kungiya	Team
Kungiyar makada	Band (musician)
Kunne	Ear
Kunya	Shy
Kuraje	Rash
Kurma	Deaf
Kurya	Comb
Kurya	Hairbrush
Kusa	Close (closer)
Kusa	Near (close)
Kusa da	Next to
Kusanci kullum	Often
Kuskure	Mistake
Kwaɗo	Padlock
Kwai	Egg
Kwalba	Bottle
Kwaleji	College
Kwallo	Ball (sports)
Kwallon fitila	Light bulb
Kwamin iyo	Swiming pool
Kwana	Corner
Kwanan wata	Date (specific day)
Kwandishana	Conditioner (conditioning treatment)
Kwando	Basket
Kwangila	Contract
Kwano	Bowl
Kwano	Plate
Kwara	Cheat
Kwara	Rip-off
Kwarai ɗaya	Single (individual)
Kwarewa	Experience
Kwaro	Bug

Hausa	English
Kwat	Coat
Kwatance	Direction
Kwaya	Pill
Kwaya	Prescription
Kwayar cuta	Virus
Kyakkyawa	Pretty
Kyakkyawa	Beautiful
Kyakkyawa	Handsome
Kyallen takarda	Tissues
Kyandir	Candle
Kyata	Present (treat)
Kyau	Fine
Kyauta	Free (no cost)
Kyauta	Gift
Kyekyaso	Cockroach

L

Labarai	News
Labari	Story
Labarin ban dariya	Joke
Laɓɓa	Lips
Lada	Tip (tipping)
Lafiya	Health
Lagirato	Radiator
Laifi	Guilty
Laka	Mud
Laƙani	Nickname
Lamba	Number
Lambar ɗaki	Room number
Lambu	Garden
Lantarki	Electricity
Larura	Necessity
Launi	Rhythm
lauya	Lawyer
Layi	Queue

Hausa	English
Layi	Street
Legal	Legal
Lemu	Juice
Lemu	Orange (citrus)
Lemu	Soda
Lemun gwangwani	Soft-drink
Lemun lemun tsami	Lemonade
Lemun tsami	Lemon
Lemun tsami	Lime
Lens	Lens
Letas	Lettuce
Lif	Elevator
Lighter	Lighter (ignited)
Likita	Doctor
Likitan hakori	Dentist
Littafi	Book
Littafin lambar waya	Phone book
Littafin rubutu	Notebook
Lokaci	Time
Lokacin hutu	Holidays
Lokacin sanyi	Winter
Lokacin zafi	Summer
Lungu	Aisle
Luxury	Luxury

M

Ma gini	Builder
Ma rubuci	Writer
Ma waki	Singer
Ma'aunin zafi da sanyin	Thermometer
mabudin kwalba	Bottle opener (beer)
mabudin kwalba	Bottle opener (corkscrew)
Maciji	Snake
Madaidaiciya	Straight
Madara	Milk

Hausa	English
Madubi	Mirror
Mafarki	Dream
Mafi hankali	Sensible
Mafi kusa	Nearest
Magana	Spoke
Magana	Talk
Magani	Medicine (medicinals)
Maganin asfirin	Aspirin
Maganin gargajiya	Herbal
Maganin rage raɗaɗi	Painkiller
Mage	Cat
Magogi	Brush
Magogin baki	Toothbrush
Mai	Oil (oily)
Mai abinci	Chef
Mai abu	Owner
Mai ban tsoro	Awful
Mai daraja	Valuable
Mai girma	Large
Mai hana ruwa	Waterproof
Mai hoto	Photographer
Mai karatun kimiya	Scientist
Mai kula da jariri	Babysitter
Mai kyau	Best
Mai penti	Painter
Mai tuƙin keke	Cyclist
Mai zane	Artist
Maimaita	Recycle
Maimaitawa	Recomment
Main road	Mainroad
Maƙabarta	Cemetery
Makaho	Blind
Makami	Teacher
Makaranta	School
Makarantar sakandare	High school
Maƙaryaci	Liar

Hausa	English
Maƙogwaro	Throat
Malamar asibiti	Nurse
Man aski	Shaving cream
Man Fetur	Petrol
Man goge haƙori	Toothpaste
Man kirim	Cream (treatment)
Man shanu	Butter
Manne	Glue
Mantawa	Forget
Map	Map
Mara ƙwari	Fragile
Mara laifi	Innocent
Mara nauyi	Light (weightless)
Mara wahala	Simple
Masara	Corn
Mashin	Bike
Mashin	Machine
Mashin	Motorbike
Masu yawa	Many
Masu yawa	Several
Mata	Wife
Matashin kai	Pillow
Matsatsi	Tight
Matsin lamba	Pressure
Me	What
Meter	Meter
Miji	Husband
Millimeter	Millimeter
Minti	Minute (moment)
Miss	Miss (lady)
Miya	Sauce
Miya	Soup
Mota	Car
Motel	Motel
Motor boat	Motorboat
Mountain	Mountain

Hausa	English
Mountain range	Mountain range
Mu	We
Mugu	Bad
Muhimmi	Important
Mujalla	Magazine
Mukamuki	Jaw
Mukulli	Key
Mulki	Rule
Mulmulen auduga	Cotton balls
Mumuki	Bread
Muni	Terrible
murɗewa	Sprain
Murmushi	Smile
Murna	Happy
Murya	Voice
Mustard	Mustard
Mutane	People
Mutum	Person
Mutuwa	Die

N

Na biyu	Second
Na da	Last (previously)
Na gaba	Next (ensuing)
Na gode	Thank
Na ƙarshe	Last (finale)
Na shi	His
Na uku	Third
Na'ura mai kwakwalwa	Computer
Na'urar sanyaya iska	Air conditioning
Nadama	Regret
Naka	Your
Nama	Meat
Naman alade	Bacon
Naman alade	Pork

Hausa	English
Naman shanu	Beef
Namiji	Man
Namu	Our
Nan	Here
Nasu	Their
Nature	Nature
Nauyi	Heavy
Nauyi	Weight
Nauyi	Weights
Nauyin abu	Weigh
Nawa	How much
Nawa	My
Nes	Remote
Nesa	Far
Ni	Me
Nice	Nice
Noti	Nut
Numfashi	Breathe
Nuni	Show

O

Obin	Oven
Obin na lantarki	Microwave
Oda	Order
Oda	Order
Ofis	Office
Ofishin aika wasika	Post office
Ofishin yen sanda	Police station
Operation	Operation (process)
Operator	Operator
Orchetra	Orchestra
Otel	Hotel
Oxygen	Oxygen

Hausa	English

P

Hausa	English
Pan	Pan
Park	Park
Park	Park (parking)
Peach	Peach
Pear	Pear
Per	Per
Performance	Performance
Pie	Pie
Pilpilo	Butterfly
Pink	Pink
Plug	Plug (stopper)
Plug	Plug (socket)
Plum	Plum
Pool	Pool (basin)
Port	Port (dock)
Positive	Positive
Pound	Pound (ounces)
Printer	Printer (printing)
Private	Private
Pub	Pub
Purple	Purple

Q

Hausa	English
Quality	Quality
Quarter	Quarter

R

Hausa	English
Ra'ayi	Opinion
Rabawa	Share (sharing)
Rabi	Half
Rabo	Share (allotment)

Hausa	English
Radadi	Painful
Raga	Net
Raggo	Lazy
Raincoat	Raincoat
Rana	Day
Rana	Sun
Ranar	Date (important notice)
Ranar haihuwa	Birthday
Rare	Rare (exotic)
Rare	Rare (unique)
Rasawa	Lose
Rashin adalci	Unfair
Rashin lafiya	Sick
Rashin sukuni	Uncomfortable
Rasidi	Receipt
Raspberry	Raspberry
Rauni	Injury
Rawa	Dance
Rayuwa	Life
Record	Record (music)
Relic	Relic
Reservation	Reservation (reserving)
Review	Review
Reza	Razor
Riba	Profit
Riga	Dress
Riga	Shirt
Rigar matashin kai	Pillowcase
Rigar nono	Bra
Rigar sanyi	Jumper (cardigan)
Right	Ring (bauble)
Rijiya	Well
Risho	Stove
Roba	Plastic
Robar ruwa	Water bottle
Roko	Ask (request)

Hausa	English
Ruɓewa	Spoiled (rotten)
Rubutu	Write
Rufaffe	Close
Rufe	Closed
Ruga	T-shirt
Runguma	Hug
Ruwa	Water
Ruwan fanfo	Tap water
Ruwan ƙanƙara	Snow
Ruwan ƙasa	Brown
Ruwan kwai	Yellow
Ruwan sama	Rain
Ruwan toka	Grey
Ruwan zafi	Hot water

S

Sa hannu	Signature
Sa'a	Second (moment)
Sa'a	Chance
Sa'a	Luck
Sabis	Waiter
Sabo	Fresh
Sabo	New
Saboda	Because
Saboda	Why
Sabulu	Soap
Sabulun wanke gashi	Shampoo
Safa	Socks
Safar hannu	Gloves
Safe	Morning
Sai	Until
Saida wa	Sell
Sako	Message
Sala	Slice
Salad	Salad

Hausa	English
Sale	Sale (special)
Sallama	Quit
Sam	Never
Sama	Sky
Sama	Up
Saman	Above
Samu	Earn
Samu	Get
Samun sa'a	Lucky
San kai	Selfish
Sananne	Famous
Sani	Know
Sansani	Camp
Santimita	Centimeter
Sanyi	Cold
Sanyi	Cool (mild temperature)
Sarauniya	Queen
Sarƙa	Necklace
Sarki	King
Sassarfa	Jogging
Sata	Rob
Sata	Steal
Sati	Week
Sauka	Get off (disembark)
Sauka	Stay (sleepover)
Sauƙi	Easy
Sauna	Sauna
Saurare	Hear
Saurare	Listen
Saurayi	Boyfriend
Sauri	Fast
Sauri	Quick
Sauri nake	(be) in a hurry
Sauro	Mosquito
Sawa	Put
Sawu	Track (pathway)

Hausa	English
Saye	Buy
Seasickness	Seasickness
Service	Service
Sexism	Sexism
Sexy	Sexy
Sha	Drink
Shafi	Page
Shago	Shop
Shago	Shop
Shago mai sashe	Department store
Shagon saida giya	Liquor store
Shagon saida kayan sawa	Clothing store
Shagon saida littafi	Bookshop
Shaguna	Shopping center
Shaida	Identification
Shaidar biya	Bill (bill of sale)
Shanu	Cow
Shanyawa	Wear
Shawara	Advice
Shayi	Tea
Shekara	Year
Shekaran jiya	Day before yesterday
Shekaru	Years
Shi	He
Shi	It
Shiga	Enter
Shinkafa	Rice
Shiri	Prepare
Shirin	Program
Shiru	Mute
Shiru	Shut
Shirye	Ready
Shower	Shower
shuɗi mai duhu	Blue (dark blue)
shuɗi mai haske	Blue (light blue)
Shugaba	Leader

Hausa	English
Shugaban ƙasa	President
Shuka	Plant
Sigari	Cigarette
Siket	Skirt
Silk	Silk
Simbace	Kiss
Simbace	Kiss
Sintali	Pot (kettle)
Sirɓa	Try (sip)
Sirika	Mother-in-law
Siriri	Thin
Sisi	Cent
Siyasa	Politics
So	Love
So	Want
So biyu	Twice
Sojoji	Military
Soke	Cancel
Son sha'awa	Sensual
Soyawa	Fry
Soyayya	Romantic
Spring	Spring (prime)
Storm	Storm
Strawberry	Strawberry
Stroller	Stroller
Studio	Studio
Su	They
Su duka biyun	Both
Sukari	Sugar
Sulalla	Coins
Sun block	Sun block
Suna	Name (moniker)
Sunan abu	Name (term)
Sunan uba	Name (surname)
Surf	Surf
Suwaita	Sweater

Hausa	English

T

Hausa	English
Ta kamili	Kindergarten
Ta mace	Female
Taba	Cigar
Taba	Tobacco
Taba	Touch
Tabarau	Glasses (eyeglasses)
Tabarau	Sunglasses
Tabawa	Feel (touching)
Tabbatarwa	Guaranteed
Tabki	Lake
Tafiya	Trip (expedition)
Tafiya	Travel
Tafiya	Walk
Tafiya a kasa	Pedestrian
Taga	Window
Taimako	Help
Taka rawa	Dancing
Takaddu	Paperwork
takalma	Boots (shoes)
Takalma	Shoes
Takalmi	Sandal
Takarda	Paper
Takardar shiga bayan gida	Toilet paper
Taku	Step
Talaka	Poor
Talakawa	Ordinary
Talauci	Poverty
Talo-talo	Turkey
Tambaya	Question
Tambaya	Ask (questinoning)
Tare	Together
Tari	Cough
Tarihi	History

Hausa	English
Taro	Meeting
Tasha	Station
Tasha	Stop (station)
Tashar bas	Bus station
Tashar bas	Bus stop
Tashar jirgin ƙasa	Train station
Tashar jirgin sama	Airport
Tashi	Depart
Tashi	Departure
Tashi	Fly
Tattabara	Pigeon
Tauraro	Star
Tauri	Hard (firm)
Taurin kai	Stubborn
Tawul	Towel
Tebur	Table
Teku	Ocean
Teku	Sea
Telebijin	Television
Telebijin	TV
Temperature	Temperature (feverish)
Temperature	Temperature (degrees)
Tikiti	Ticket
Timatur	Tomato
Titi	Road
Traffic	Traffic
Traffic light	Traffic light
Trail	Trail
Tram	Tram
Transport	Transport
Tsaba kuɗi	Cash (deposit a check)
Tsabta	Clean
Tsabtace	Pure
Tsabtacewa	Cleaning
Tsada	Expensive
Tsadar	Cost

Hausa	English
Tsakanin	Between
Tsakar dare	Midnight
Tsakar rana	Midday
Tsakiya	Center
Tsakiyar birni	City center
Tsami	Bitter
Tsanani	Serious
Tsari	Safe
Tsaro	Afraid
Tsauni	Tower
Tsawo	Tall
Tsaya	Stop (halt)
Tsere	Race (running)
Tsibiri	Island
Tsit	Quiet
Tsoho	Ancient
Tsoho	Antique
Tsoho	Old
Tsoka	Muscle
Tsumman goge baki	Napkin
Tsuntsu	Bird
Tudu	High (steep)
Tudu	Uphill
Tufafi	Underwear
Tuka	Nausea
Tuki	Drive
Tuki	Go (drive)
Tuki	Ride
Tuki	Ride (riding)
Tukin keke	Cycling
Tukunyar miya	Saucepan
Tukunyar soye soye	Frying pan
tukwane	Pottery
Tun	Since
Tun da dadewa	Ago
Tunani	Think

Hausa	English
Tuni	Already
Turare	Perfume
Turi	Push
Tweezers	Tweezers

U

Uba	Dad
Ubangiji	God (deity)
Ulu	Wool
Umbrella	Umbrella
Unguwar	Suburb
Uwa	Mother

V

Van	Van
Video recorder	Video recorder
Vinegar	Vinegar

W

Wa	Who
Waje	Outside
Wajen	Towards
Waka	Music
Waƙa	Song
Waƙi	Sing
Wancan	That (one)
Wando	Pants (slacks)
Wane	Which
Wani	Another
Wani	Other
Wani	Someone
Wani abu	Something
Wani iri	Off (strange)

Hausa	English
Wanka	Bath
Wanka	Wash (bathe)
Wanke kaya	Wash cloth
Wanki	Wash (scrub)
Wannan	This (one)
Wardrope	Wardrobe
Wari	Smell
Wasa	Game (match-up)
Wasa	Game (event)
Wasa	Play (strum)
Wasa	Show
Wasan kwaikwayo	Play (theatrical)
Wasiƙa	Letter (envelope)
Wasika	Mail (mailing)
Wasu	Some
Wata	Month
Wave	Wave
Wawa	Idiot
Waya	Telephone
Wayar hannu	Cell phone
Wayar hannu	Mobile phone
Wheel	Wheel
Wucewa	Pass
Wuka	Knife
Wuri	Place
Wuri	Point
Wuri	Venue
Wurin jira	Waiting room
Wurin shan magani	Pharmacy
Wurin shiga	Entry
Wurin zama	Seat
Wuta	Fire (heated)
Wuya	Difficult
Wuya	Neck
Wuyan hannu	Wrist

Hausa	English

Y

Hausa	English
Ya	How
Ya	Daughter
Yaji	Pepper (peppery)
Yaki	War
Yamke shawara	Decide
Yamma	West
Yammaci	Evening
Yan kaɗan	Little (few)
Yanayi	Season
Yanayi	Weather
Yanka	Cut
Yankin nama	Steak
Yanzu	Now
Yanzu	Present (now)
Yar uwa	Sister
Yara	Children
Yarda	Admit
Yarda	Trust
Yarda	Agree
Yare	Language
Yarinya	Girl
Yaro	Boy
Yaro	Child
Yatsa	Finger
Yau	Today
Yaushe	When
Yawa	Too (excessively)
Yawam shekaru	Age
Yawan shakatawa	Tour
Yawo	Hike
Yayen itace	Fruit
Yayi	Very
Yen biyu	Twins

Hausa	English
Yen madigo	Lesbian
Yen sanda	Police
Yenci	Free (at liberty)
Yi	Do
Yi	Make
Yunwa	Hungry (famished)
Yuro	Euro

Z

Zabe	Vote
Zabi	Choose
Zafi	Heat
Zafi	Hot
Zagaye	Round
Zai yiwu	Possible
Zakara	Winner
Zama	Be
Zama	Sit
Zaman lafiya	Peace
Zamani	Modern
Zane	Art
Zane	Painting (the art)
Zanen aljihu	Handkerchief
Zanen jariri	Diaper
Zanen penti	Painting (canvas)
Zanen tebur	Tablecloth
Zango	Campsite
Zanin gado	Sheet (linens)
Zare	String
Zauna	Live (occupy)
Zawo	Diarrhea
Zazzabi	Fever
Zazzafa	Heated
Zinariya	Gold
Zipper	Zipper

Hausa	English
Ziyara	Visit
Ziyara	Visit
Zo	Come
Zomo	Rabbit
zucchini	Zucchini
Zuciya	Heart
Zuma	Honey
Zurfi	Deep
Zuwa	To
Zuwa yawo	Hiking

Made in United States
North Haven, CT
05 December 2023

45095950R00065